லாக்கப்

மு.சந்திரகுமார்

டிஸ்கவரி பப்ளிகேஷன்ஸ்
எண்: 9, பிளாட் எண்: 1080A, ரோஹிணி பிளாட்ஸ்
முனுசாமி சாலை, கே. கே. நகர் மேற்கு,
சென்னை - 600 078. பேச: 99404 46650

வெளியீட்டு எண்: 0336

லாக்கப் (நாவல்)
ஆசிரியர்: மு.சந்திரகுமார்©
Lockup (Novel)
by M.Chandrakumar ©
1st Edition: Oct - 2015
3rd Edition: Dec- 2023

144 Pages
ISBN: 978-93-8430-142-2
Rs - 160

Publisher • Sales Rights

Discovery Publications
No. 9, Plot,1080A, Rohini Flats,
Munusamy Salai,
K. K. Nagar West, Chennai - 78.
Tamilnadu, India.
Mobile: +91 99404 46650

Discovery Book Palace (P) Ltd
No. 1055-B, Munusamy Salai,
K. K. Nagar West,
Chennai-600 078.
Ph: (044) 4855 7525
Mobile: +91 87545 07070

discoverybookpalace@gmail.com / www. discoverybookpalace. com

---

இந்த நூலில் பிரசுரமாகியுள்ள எந்த ஒரு பகுதியையும் எழுத்துபூர்வமான முன்அனுமதி பெறாமல் எடுத்தாள்வதோ, மறுபிரசுரம் செய்வதோ, மொழியாக்கம் செய்வதோ, ஊடகங்களில் மறுபதிப்புச் செய்வதோ, காப்புரிமைச் சட்டப்படி தடை செய்யப்பட்டுள்ளது. இந்த நூலிலிருந்து சில பகுதிகளை மேற்கோள்காட்டி நூல்அறிமுகம் செய்யலாம்.

உங்கள் மொபைல் போனிலிருந்து ஸ்கேன் செய்து 'டிஸ்கவரி புக் பேலஸ்' மொபைல் ஆப்பை டவுன்லோடு செய்து, புத்தகங்களை வாங்குங்கள்.

முன்னுரை

உலக இலக்கியத்தில் அறியப்பட்ட சிறை எழுத்துகள் என்பது இருவகையிலானவை. முதலாவதாக அதிகாரத்திற்கு எதிராகப் பேசிய தத்துவவாதிகள், எழுத்தாளர்கள் மாற்றுக் கருத்தாளர்கள் போன்றவர்கள் சிறையில் அடைக்கப்பட்டபோது தங்களது சிந்தனைகளை எழுத்தில் பதிந்திருந்தார்கள். மார்க்சியர்களான அந்தோனியா கிராம்சி, தூக்கு மேடை குறிப்புகளை எழுதிய ஜூலியஸ் ப்யூசிக், தமது பிள்ளைப் பிராயக் குற்றங்களுக்காகச் சிறையில் அடைக்கப்பட்ட இலக்கியவாதியான ழான் ஜெனே போன்றோரது சிறைக் குறிப்புகளை இவ்வகையில் நாங்கள் குறிப்பிடலாம். இந்தவகையிலான எழுத்துகள் இலக்கியத்தில் உலக அளவில் மிகப் பெரிய தாக்கத்தை உருவாக்கியிருப்பதை நாம் அறிந்திருக்கிறோம். தமிழிலும் இவ்வகையிலான எழுத்துகளை 'சுவருக்குள் சித்திரங்கள்' எழுதிய தியாகு, சி.ஏ.பாலன், கே. பாலதண்டாயுதம் போன்றோரிடம் காண முடிகிறது.

அடுத்ததாக, அரசியல் காரணங்களுக்காகவும் தனிநபர் குற்றங்களுக்காகவும் மரண தண்டனை விதிக்கப்பட்டவர்கள் தமது தண்டனை நிறைவேற்றத்திற்கு முன்பாக தமது வாழ்வின் நிலையாமை குறித்தும் தமது குற்றங்களின் பின்னிருந்த சமூக உளவியல் காரணங்கள் குறித்தும் விசாரித்தமையை நாம் இரண்டாம் வகையிலான சிறைக் குறிப்புகள் என்று வரையறுக்கலாம். இம்மாதிரியான சிறைக் குறிப்புகளை சர்வதேசிய அளவில் அம்னஸ்டி இன்டர்நேஷனல் மற்றும் மனித உரிமைகளுக்கான பென் அமெரிக்கா

(Penamerica) போன்ற அமைப்புகள் நூல்களாகத் தொகுத்து வெளியிட்டிருக்கின்றன.

இதுவன்றி பிரிதொருவகையிலான சிறைக் குறிப்புகள் உலக வெளியில் அருகியே காணப்படுகின்றன. அரசியல் காரணங்கள் அல்லது குற்றத்தன்மையற்ற மிகச் சாதாரணமான மனிதர்கள் மீது அரசுகளால் அல்லது அதிகார வர்க்கத்தவரால் திணிக்கப்படும் வன்முறையின் விளைவாகப் பீரிடுகிற சிறை அனுபவங்கள் என்பது அநேகமாகப் பதியப்படுவதில்லையென்றே நாங்கள் சொல்ல வேண்டும். குறிப்பாக லாக்கப்பில் தடுத்து வைக்கப்படும் விளிம்புநிலை மக்கள், சந்தேகத்தின்பேரில் கைது செய்யப்படுவோர் போன்றவர்கள்மீது ஏவப்படும் மட்டுமீறிய வன்முறை மற்றும் சித்ரவதைகள் குறித்து தத்துவவாதிகளோ அல்லது அரசியல் கைதிகளோ பதிவது என்பது நிகழ்வதில்லை. காரணமாக இத்தகையோர் பெரும்பாலான சமயங்களில் கல்வியறிவற்றவர்களாகவும் உதிரிப் பாட்டாளிகளாகவுமே இருப்பதால் லாக்கப் சித்ரவதைகள் பதிவு செய்யப்படாமலேயே போய் விடுகின்றன. சித்ரவதை எனும் அமைப்பு முறை குறித்தும் நாம் அறிய முடியாமல் போகிறது. அந்தவகையில் மு.சந்திரகுமாரின் எழுத்துகள் குரல் அற்றவரின் குரல் ஆகிறது.

நிராதாரவான லாக்கப் கைதிகளின் துயர் என்பது பரந்துபட்ட சமூகத்தின் கவனத்திற்கு வராமலேயே போய்விடுகிறது. விளிம்புநிலை மக்கள் குறித்த அக்கறையும் தலித் மக்களின் மீதான உடல், உள வன்முறை குறித்த எழுத்துகளும் தமிழில் அதிகரித்துவரும் சூழலில் மு.சந்திரகுமாரின் லாக்கப் சமான்யனின் குறிப்புகள் வருகிறது என்பது மிகப் பொருத்தமானதாகும். 'லாக்கப்' இந்த அறியப்படாத, சொல்லப்படாத, தெரியவராத அல்லது பதியப்படாத வெளியில் சஞ்சரிக்கிற அசாதாரணமான எழுத்து வகையைச் சேர்ந்ததாக இருப்பதே இதனது முக்கியத்துவம் என்று நாம் சொல்ல வேண்டும். தொழிலாளி வர்க்கத்தவரின் அற்புதமான எழுத்தாற்றலுக்கு மு.சந்திரகுமார் ஒரு சமகால சான்று.

20.03.2006
கோவை.   யமுனா ராஜேந்திரன்

இரண்டாம் பதிப்பின் முன்னுரை

சமூகத்தின் கவனத்தை ஈர்க்காத, ஏறத்தாழ, புறக்கணிக்கப்பட்டுவிட்ட அல்லது குடும்பக் கட்டமைப்புகளைப் புறக்கணித்துவிட்டு வாழ நினைப்பவர்கள் குறித்து அக்கறை சார்ந்து கேள்வி கேட்பவர்கள் என்று யாரும் இல்லாத சமூகம் இது.

அவ்வகைப்பட்டவர்கள் ஏதிலிகள் அல்லது அனாதைகள் என்று அறிவிக்கப்படுகிறார்கள். மனித சமூகத்தால் ஆளப்பட்டு வரும் உலகம் மனிதனுக்குச் சொந்தமானது என்பதே மறக்கடிக்கப்பட்டுவிட்டது.

ஆண், பெண் இருபாலரிலும் அவர்கள் குடும்ப உறுப்பினர்களாக, பொறுப்பாளர்களாக சாதி, மத அடையாளங்களுக்குள் அடைக்கப்பட்டவர்களாகவே அறியப்படுகிறார்கள். அரசியல் களத்தில் இன, மொழி தேசிய எல்லைகளுக்குள் வைத்துக் காண்கிறார்கள், அறிவிக்கிறார்கள்.

உண்மையில், இச்சமூக நிறுவனங்களுக்குள்ளிருந்து வளரும், வளர்க்கப்படும் மனிதன் இயற்கையில் இவையனைத்தையும் கடந்தவன். உணர்ந்தோ, உணராமலோ எல்லைகளைக் கடக்க நினைப்பவர்கள் சமூக அரசியல், பொருளியல் நலன்களுக்குப் பயன்படாதவர்களாக நாடோடிகளாக அறிவிக்கப்படுகிறார்கள்.

அதனால் சமூக அடையாளங்களுக்குள் தங்களைப் பிரதிநிதித்துவப்படுத்திக் கொள்பவர்களின் கூட்டு அதிகாரங்களுக்குள் நசுக்கப்படுகிறார்கள்.

குறிப்பாக, அரசு இயந்திரங்களில் உள்நாட்டில் சட்டத்தை அமல்படுத்துபவர்களாக அல்ல, சட்ட மீறல்களைக் கண்காணிப்பவர்களாக, நடந்து முடிந்துவிட்ட சட்ட மீறல் நிகழ்வுக்குக் காரணமானவர்கள் என்று அவர்கள் முடிவு செய்பவர்களை நீதிமன்றம் மூலமாக தண்டனை பெற்றுத் தருபவர்களாக உள்ள காவல் துறையின் வரம்பற்ற அதிகாரத்தினால் குரூரமாகச் சிதைக்கப்பட்டு குற்றவாளிகளாக அறிவிக்கப்படுகிறார்கள் என்பதை அம்பலப்படுத்தும் நூல் லாக்கப்.

யதார்த்தமான வாழ்வின் தன்னியல்பான போக்கில் புதுமையைத் தேடியும் குறிப்பிடப்பட்டவற்றைத் தேடாமலும் பயணப்படும் மனிதர்களை இந்திய வரலாற்றில் சாதீயம் கட்டுமானம் செய்தது. இழிவுசெய்து அடக்கி ஆண்டது. உலக அரங்கில் மதங்கள் மாற்று அடையாளங்களைக் குறிப்பிட்டுப் பேரழிவுகளை உண்டாக்கியது. மனித சமூகப் பாதுகாப்பாகக் கருதப்படுகின்ற இன மொழி தேசிய எல்லைகள் உண்மையில் பரந்துபட்ட மனித சுதந்திரத்தையும் மனிதர்களையும் காவு கொண்டது.

நவ யுகத்தில் உள் கட்டுமானப் பாதுகாப்பு அவலங்கள் சீராக்கப்படாமல், கூட்ட நெரிசலாக மனிதர்கள் நிறைந்து இருக்கும் இடத்திலும் எந்தவொரு தனிமனிதனுக்கும் போதுமான பாதுகாப்பு உணர்வு ஏற்படாத சூழ்நிலையே நிலவுகிறது.

பாதுகாப்பு உத்திரவாதம் அற்று, 'நீதி' மறுக்கப்பட்டுவிட்ட அல்லது எளிதில் கிடைக்கப்பெறாத, வல்லாண்மைமிக்கதாக மாறிப் போய்விட்டது.

பொருளியலை மையப்படுத்தியே அரசியல் அதிகாரமும் சமூகமும் இயங்குவதாலும் ஒன்று குவிக்கப்பட்டுள்ள பொருளியல் மையங்களைப் பாதுகாப்பதற்கு என்ற பெயரில் காவல் துறையின் வரம்புகள் நீக்கப்பட்டிருக்கிறது.

அதிபயங்கரம் என்னவெனில் 'என்கவுன்ட்ர்கள்' அங்கீகரிக்கப்படுவதும், அவற்றை நிகழ்த்தியவர்கள் நீதி விசாரணை ஏதுமின்றி நாயகர்களாக அறியப்படுவதும்தான்.

குற்றவியலாளர்களுக்கும் சட்டத்துறையினருக்கும் நீதி குறித்து மனித சமூகம் உருவாக்கியிருக்கும் வெகுஜன அறம்

சார்ந்து வாழும் மனிதர்களுக்கும் இடையில் முரணும், நிலவும் மோதல்களும் பிரதானமானது என்பது புரிந்துகொள்ளத்தக்கதே.

அச்சூழல்களில், உண்மையறிதலும் மனித சமூகம் பாதுகாக்கப்படுவதும் குற்றம்செய்யும் சூழலிலிருந்து குற்றம் செய்பவர் எனப்படுபவனைத் தடுத்து வைப்பது என்பதையே நோக்கமாகக் கொண்ட நீதித்துறையின்மீதான நம்பிக்கை இழப்பே கட்டமைக்கப்படும் காவல் நாயகத்துவத்தின் அதிகார, அராஜகப் போக்குகளை மக்கள் நம்புவதற்கும் பாராட்டுவதற்கும் காரணம் என்பது என் கருத்து.

சமீபத்தில் கோவையில் நடந்த இரட்டைக் குழந்தைகள் படுகொலையில் குற்றவாளிகள் உடனடியாகக் கைது செய்யப்பட்டு சிறையில் அடைக்கப்பட்டார்கள். குற்றவாளிகளும் குற்றத்தை ஒப்புக்கொண்டு வாக்குமூலம் அளித்தனர். மேலும் குற்றச்செயல் தொடங்கியது முதல் குற்றவாளிகள் கண்காணிக்கப்பட்டு ஊடகம் மூலம் செய்தி வெளிப்படுத்தப்பட்டிருந்தது. அவர்களில் ஒருவனது மனைவியும் தாயாரும் நீதியின் பக்கம் நின்று வெளிப்படையாகச் செயல்பட்டனர்.

ஆனாலும் தொடர் விசாரணைக்கான நீதிமன்ற சிறப்பு அனுமதி பெற்ற காவல்துறை குற்றவாளிகளைப் பொறுப்பில் எடுத்து போத்தனூர் அருகே காவல் வாகனத்திற்குள்ளேயே வைத்து ஒருவனைச் சுட்டுக் கொன்றனர்.

கடத்தப்பட்ட குழந்தைகள் அறிமுகமான மனிதனின் ஆசை வார்த்தைகளை நம்பி ஏமாந்தனர். தனிமைப்படுத்தப்பட்ட குழந்தைகளை பிறர் கவனத்திற்குட்படாத தனியிடத்திற்கு குற்றவாளி எடுத்துச் செல்கிறான். கூட்டாளியைச் சேர்த்துக் கொண்டு பணம் பறிக்க முயற்சி செய்கிறான். முயற்சி தோற்றுக்கொண்டு இருக்கும்போதே கேள்வி கேட்பாரற்று பாதுகாப்பற்ற குழந்தைகளைச் சித்திரவதை செய்துவிட்டு சாட்சிகளை மறைக்கும் நோக்கில் ஆற்றில் வீசிப் படுகொலை செய்கிறான்.

குற்றவாளிகள் உடனடியாகக் கைது செய்யப்பட்டார்கள் என்பது காவல்துறையின் சாகசம் என்றும் மக்களின் பாதுகாப்பு உத்திரவாதம் பற்றிய தன்னம்பிக்கைக்கான நிகழ்வு என்றும் தாராளமாகக் குறிப்பிடலாம். ஆனால்,

விசாரணைக் கைதியாக நீதிமன்ற உத்தரவின்பேரில் காவல்துறை குற்றவாளிகளில் ஒருவனை பொறுப்பில் எடுக்கிறது. குற்றவாளி தனிமைப்படுத்தப்படுகிறான். யாருமற்ற அல்லது கேள்வி கேட்பாரற்ற சூழலில் 'விசாரணை' என்ற பெயரில் சித்திரவதைக்கு ஆளாக்கப்படுகிறான். தடயங்கள் உண்மையை உலகுக்குப் புலப்படுத்திவிடும் அபாயம் குறித்து அச்சப்படும் காவலர், கைகள் கட்டப்பட்ட நிலையிலிருக்கும் குற்றவாளி தனது துப்பாக்கியைப் பறிக்க முயற்சி செய்தார் என்று குற்றம்சாட்டி தலையில் தோட்டாவைப் பாயச் செய்து விசாரணைக் கைதியைக் கொலை செய்கிறார்.

ஊடகங்கள், கொலையாளியை காவல்துறை கொன்று விட்டதாக கொண்டாட்டமாகச் செய்தியை பரப்புரை செய்கிறது.

தங்கள் குழந்தைகளுக்கும் பாதுகாப்பற்ற சூழலை உணரும் குடும்ப சமூகம் காவல்துறையைக் கொண்டாடுகிறது.

ஆனால் இந்தக் களேபரங்களில் நீதித்துறையின்மீதான நம்பகத்தன்மை செத்துவிட்டதை பெருவாரியானோர் உணரவில்லை.

கொல்லப்பட்டுவிட்ட குழந்தைகளின் சூழலும் கொன்றவர்களின் மனநிலையும் குற்றவாளியின் சூழலும் கொலை செய்த அதிகாரியின் மனநிலையும் ஒன்று என்பதுதான் உண்மை.

கைவரப் பெற்றுவிட்ட அதிகாரம் வரம்பற்ற நிலையில் வெளிப்படையாகக் கையாளப்படாமல் ரகசியமான இருள் பிரதேசங்களுக்குள் நாதியற்ற ஏதிலிகள்மீது பிரயோகிக்கப்படும் போது, ஆற்றில் மீதந்த உயிரற்ற உடல்போல் 'மனிதம்' வெகு தூரத்திற்கு அடித்துச் செல்லப்பட்டு விடுகிறது.

அனைவருடைய வாழ்வுக்கும் உத்திரவாதம் அத்தியாவசியமாய் இருப்பது நீதி மற்றும் நீதிமன்ற நடவடிக்கைகள் குறித்த சந்தேகமற்ற தன்மையே.

அவசரமாய் அனைவருக்குமான நீதி உத்திரவாதம் கிடைக்கும் என்றால் மகிழ்ச்சியே. ஆனால் வரம்பற்ற அதிகாரம் ஒருபோதும் மனித சந்தோசத்திற்கு உத்தரவாதம் தந்தது இல்லை.

விரைவான, வெளிப்படையான குற்றத்தடுப்பு நடவடிக்கைகளும் நீதிமன்ற விசாரணைகளுமே நிலைத்தன்மை கொண்டவை.

நூறு குற்றவாளிகள் தப்பிச் சென்றுவிட்டாலும், குற்றத்தன்மையற்ற ஒருவன் தண்டிக்கப்பட்டு விடக்கூடாது என்பதுதான் நீதிமன்ற விசாரணையின் சாரமே.

குற்றவாளிகள் தப்பிச் சென்றுவிடுகிறார்களே! என்கிற ஆதங்கம், குற்றச் சம்பவம் சார்ந்த சுற்றியிருக்கும் அனைவரின் மீதான பொறுப்புணர்வு பற்றிய விமர்சனமாகவே இருக்க வேண்டும்.

நீதியை நிலைநாட்டுவதை எந்தவொரு தனிப்பட்ட நிறுவனங்களின் பொறுப்பிலும் ஒப்புக்கொடுக்கக் கூடாது. ஒப்புக்கொடுக்க முடியாது. நீதிமன்றங்களில்கூட குறைந்த பட்ச அல்லது நடுவண் மன்றத் தீர்ப்பு என்றுதான் குறிக்கப்படுகிறது. நாம் இன்னும் நீதி குறித்து நெடும் பயணம் செல்ல வேண்டியிருக்கிறது. இச்சூழலில் மனித உரிமைப் பிரகடனம் என நீதியரசர் கிருஷ்ணய்யர் தலைமையிலான மனித உரிமை மக்கள் கண்காணிப்பகம் சூன் 26, 2006 அன்று கடலூரில் வைத்து விருது வழங்கப்பட்ட 'லாக்கப்' நூல் இரண்டாம் பதிப்பு வெளிவருவதில் மகிழ்ச்சியே.

மு.சந்திரகுமார்
பிப்ரவரி, 2011.

மூன்றாம் பதிப்பிற்கான முன்னுரை

சுமார் பதினைந்து ஆண்டுகளுக்கு முன் ஏதோ ஒரு நாளின் முன் இரவுக்குப்பின் துவங்கி அதிகாலை ஆறு மணிவரையிலும் சுந்தரம் பேக்கரி வாசல் படிக்கட்டில் உட்கார்ந்தபடி நானும் நண்பர் திரைக்கோட்பாட்டாளர் ஞானி (எ) தங்கவேலவனும் எப்பொழுதும்போல் பேசிக்கொண்டிருந்தோம். எப்படியோ என் நினைவலைகளுக்குள்ளிருந்து வெளிக்கிளம்பி நெஞ்சுக்கூட்டினை உடைத்துக் கொண்டு கேட்டுக்கொண்டிருந்தவரின் இதயத்தைக் கிழித்த பேச்சைக் கேட்டுக்கொண்டிருந்தவர் இடைமறித்து கேட்டார். சந்திரன் இந்தப் பேச்சை அப்படியே உங்களால் எழுதமுடியுமா? அப்படி எழுத்தில் பதிய வைத்தீர்களானால் அது மனித உரிமையைப் பேசும் விடுதலைக் காவியமாகும்" என்றார்.

அதற்குப் பின்னால் நீண்டகாலம் நாங்கள் சந்தித்துக்கொள்ளும் வாய்ப்பு தவறிப் போனது. நெஞ்சில் விழுந்த அந்த விதைச் சொல் சில ஆண்டுகளில் எழுத்தாகி 2006ல் புத்தக வடிவம் பெற்றது. உலகத் திரைவிமர்சகரும் தத்துவ அரசியல் கோட்பாட்டியலாளருமான யமுனா ராஜேந்திரன் முன்னுரை எழுதி சிறப்பித்தார்.

பேச்சாளர், எழுத்தாளர், இயக்குநர், மனித உரிமைப் போராளி பாரதிகிருஷ்ணகுமார் 'லாக்கப்' நூலை மனித உரிமை மக்கள் கண்காணிப்பகத்திற்கு கொண்டு சென்று ஜஸ்டிஸ் கிருஷ்ணய்யர் மூலமாக, 'மனித உரிமைப்

பிரகடனம்' (The Best Document of Human Rights) விருதினைப் பெற வைத்தார். 2014 ஜுன் மாதத்தில் ஏதோ ஒரு நாளில் 'ஆடுகளம்' புகழ் இயக்குநர் வெற்றிமாறன் - ஞானி சந்திப்பு நிகழ்ந்திருக்கிறது.

உரையாடலின்போது 'மன்னர்களையும் அரசு பயங்கரவாதத்தையும் அதிகாரத்தின் வன்கொடுமைகளையும் புகழ்ந்தோதிய காலம் முடிவுக்கு வந்துவிட்டது. ஒடுக்கப்பட்டவர்களின் துயரத்தையும் விளிம்புநிலை மக்களின் விடுதலைக் குரலையும் பதிவு செய்ய சினிமாவாக்க கலைப்பாடைப்பாளிகள் தயாராக வேண்டும்' என ஞானி பேசியுள்ளார். அத்தகைய உணர்வுகளால் ஆட்பட்டிருந்த இயக்குநர் 'அப்படி ஒரு கதை இருந்தால் சொல்லுங்கள்' எனக் கேட்க, 'இதோ ஒரு சமானியனின் கதை' சக மனிதர்களின் கதை 'படித்துப் பார்த்து முடிவு செய்யுங்கள்' என்று 'லாக்கப்' நூலைக் கொடுத்திருக்கிறார்.

உண்மையில் 'லாக்கப்', 'கட்டுதளையினூடே காற்று' இரண்டு நூலுக்கும் திரைக்கதை, வசனம் எழுதி இயக்க இருந்தவர், என்னிடம் முறையாக அதைப் பேசி அனுமதியும் பெற்றிருந்த, நம்பிக்கையின் ஊற்றுக்கண்ணான ஞானி இயக்குநர் வெற்றிமாறனின் கலை மேதமைமீதான நம்பகத்திலும் அன்பினால் நிறைந்த நட்பின் காரணமாகவும் 'லாக்கப்' நூலைக் கொடுத்திருக்கிறார்.

மறுநாள் காலையில் இயக்குநர் வெற்றிமாறன் ஞானியை அழைத்து, தான் திரைக்கதை வசனம் எழுதி இயக்குகிறேன் என்று கூறியிருக்கிறார்.

என்னுடனான புரிதலில் உறுதிகொண்ட ஞானி வேலையைத் துவங்கும்படி கூறிவிட்டார்.

ஜுலை மாதம் 20ம் நாள் திரு.வெற்றிமாறன் என்னுடன் அலைபேசியில் உரையாடி ஆகஸ்டு 8ம் தேதி படப்பிடிப்பு துவங்க இருப்பதைக் கூறினார். 'ஆடுகளம்' படம் பார்த்திருந்ததால் அவரை வாழ்த்தியதோடு நான் கூறிய முதல் வார்த்தை 'உலகம் முழுவதும் வாழும் நாடோடிக் குழந்தைகளின் விடுதலைக்கு இப்படத்தைச் சமர்ப்பிப்போம்' என்றேன். டிசம்பர் 29 - 30 தேதிகளில் இக் கதைக் களமான குண்டூரில் படப்பிடிப்பை முடித்தார். 2015களின் துவக்கத்தில்

விசாரணை - Based on True Story என்று பெயரிட்டவர் என்னிடம், "சந்திரன், நான்கு சுவர்களுக்கு வெளியே கேட்காதா என்று ஏங்கிய உங்கள் குரலை குறைந்தது ஒரு கோடிப் பேருக்காவது கேட்க வைப்பேன்" என்றார்.

திரைக்கலை மேதையான வெற்றிமாறன் இயக்கிய 'விசாரணை' திரைப்படம் வெனிஸ் 72வது உலகத் திரைப்பட விழாவில் திரையிடப்படும் தகுதியைப் பெற்றது. Humnosty International Organisation வின் 'மிகச் சிறந்த மனித உரிமைக்கான திரைப்படம்' என்ற விருதைப் பெற்றுள்ளது.

தமிழ்ப்பத்திரிகைகளும் தொலைக்காட்சிகளும் விசாரணை திரைப்படத்தையும் மூலநூலான 'லாக்கப்' நூலையும் கொண்டாடிக் கொண்டிருக்கின்றன. இதுசமயத்தில் டிஸ்கவரி பதிப்பகம் மூலமாக நூலின் மூன்றாவது பதிப்பு வெளிவருவது மகிழ்ச்சிக்குரியது. "Woondarbar","Grassroot" நிறுவன உரிமையாளர்களுக்கும் திரைக்கலைஞர்கள் மற்றும் தொழில்நுட்ப கலைத் தொழிலாளர்களுக்கும் நன்றி.

மு.சந்திரகுமார்
19, செப்டம்பர், 2015.

1

நான் அப்போது குண்டூர் நகரத்திலிருக்கிற கௌரிசங்கர் தியேட்டர் எதிர்புறமாய் இருந்த சின்ன டீக்கடையில் வேலை செய்து கொண்டு இருந்தேன். டீக்கடை ஆரம்பித்து ஒரு மாசம் தான் இருக்கும். நான் அப்போதுதான் வேலைக்குச் சேர்ந்து ஒரு வாரம் இருக்கும். இதற்கு முன்னால் சிறுமலைகளும் சிற்றோடையுமாய் அமைந்திருந்த 'லாம்' கிராமத்து டீக்கடை அல்லது சின்ன கிராமப்புறத்து ஓட்டலில் வேலை செய்து கொண்டிருந்தவனை அழைத்து வந்து வேலைக்குச் வைத்திருந்தார் மணி.

மணி ஒல்லியான ஆள். மெட்ராஸ் காரன்னு சொல்லிக்கிறதுக்கு ஏத்த மாதிரி சன்னமான மீசை. ஓரம் மட்டும் மேல் நோக்கி வளைச்சு விட்டிருப்பாரு. இடுப்புல வேட்டிக்கு மேல நம்ம தெக்குப்புறத்து பட்டை பெல்ட். அதிலேயே ஜிப் வச்சிருக்கும். அவரது பீடி, தீப்பெட்டி, இத்யாதி, இருக்கும். சட்டையோட கைப்புறம் முண்டா தெரியற மாதிரி மடக்கி விட்டிருப்பார். சட்டை காலர்ல எப்பவுமே பெரிய சீலை தெக்கிற ஊசி வைச்சிருப்பாரு. கேட்டா, நாலஞ்சு பேருகிட்ட சிக்கிக்கிற போது ஆபத்தில்லாத வலுவான ஆயுதன்டாம்பாரு. எங்ககூட இன்னொரு தாட்டியான தமிழ்க்காரன் விஜயவாடா பிரிஜ் மேல ட்ரெயின் போகுறப்ப கிருஷ்ணா நதியிலகுதிக்கிற அளவுமுரட்டு வீரன். எப்பவுமே தைரியத்தைப் பத்தி, எம்.ஜி.ஆரைப் பத்திப் பேசிட்டிருப்பார்.

மு.சந்திரகுமார்

இவங்க தான் என்னைக் கூட்டிட்டு வந்து கடையில வேலைக்கு வைச்சிருந்தாங்க. அது எனக்கு நாடோடிக் காலம். இப்ப 'விடுதலைக் காலம்' தான்னு நெனச்சுக்கிறது வழக்கமும், பெருமையும்!

இந்தக் கடையில் வேலைக்கு சேர்றதுக்கு முன்னமே எனக்கு நல்ல நண்பர்கள் மூணு பேர். ஒருத்தனுக்கு என்னை விட ஐந்து வயதாவது கொறைவாயிருக்கும். பெயர் நெல்சன். மெட்ராஸ்ல இருந்தப்ப பழக்கம். சைதாப்பேட்டைலயிருந்து போகும் போது எங்கூடவே ஹைதராபாத் போறதுக்காக வந்தவன். விஜயவாடா போற ட்ரெயின்லதான் போனோம். விஜயவாடா பெரிய சிட்டி, தமிழ்க்காரங்க அதிகம்னு கேள்விப்பட்டு விஜயவாடாவிலேயே இறங்கிக்கிட்டோம். காலாற நடந்து சுத்திப் பார்த்துட்டு, விஜயவாடாவை விடவும் குண்டூர்ல வேலை கிடைக்கிறது சுலபம், சம்பளமும் தினக்கூலி கையிலேயே குடுத்துடுவாங்கன்னு தெரிஞ்சு குண்டூருக்கு வந்தவங்க. காந்தி பார்க் கூலிமுக்குல நின்னு வேலை செய்துட்டு வாழ்ந்துகிட்டிருந்தோம்.

அப்படி பார்க்கில் இருந்து வேலை செய்துகிட்டு இருக்கும் போது லாலாபேட்டை போலீஸ் ஸ்டேஷனுக்குப் பக்கத்தில் கடை வைத்திருந்தவர் பெயர் சையத் கரீம். அந்த ஏரியாவுல அவர் ஒரு தாதாவைப் போல. ஆனால் அவர் இப்படி ஹோட்டல்ல வேலை செய்யற தொழிலாளிகள், அநாதைகள் மத்தியில் ரொம்ப அன்பா இருப்பார். பார்க்கில் யாருக்காவது ரொம்ப உடம்புக்கு ஒத்து வரலைன்னா ஏதாவது மருந்து வாங்கிக் குடுத்துட்டு ஒரு நேரச் சோறும் போட்டு விடுவார். அவங்களுக்குள்ள ஏதாவது பிரச்சனைனு சொன்னா அதைத் தீர்த்து வைப்பார்.

அப்படிப்பட்டவரோட கடையில கொஞ்ச நாள் வேலை செய்துக்கிட்டிருக்கும்போது இரண்டு பேர் பழக்கமானார்கள். ஒருவன் பெயர் ரவி. அதிகம் இருந்தால் அவனுக்கு வயது 30 இருக்கும் இன்னொருவன் பெயர் மொய்தீன்.

ரிக்ஷா ஓட்டுவது, ஹோட்டலில் சப்ளை செய்யறது, மூட்டை தூக்குதல், இன்னும் சமூகத்தில் மதிக்கப்படாத, ஆனால் லட்சக்கணக்கானோர் செய்து கொண்டிருக்கும் வேலைகள் முழுவதும் ரவிக்குப் பரிச்சயம். நல்ல நாவன்மையுள்ளவன். தைரியசாலி. சுத்தமானவன்.

எனக்கு அவன் பழகுவதற்கு முன்னால் எப்பொழு தாவது அவனுக்குக் குற்றவியல் உலகத்தோடு தொடர்பு இருந்திருக்கும் வாய்ப்பு அதிகம். ஆனாலும் நேர்மையானவன், கவலையற்றவன், சுறுசுறுப்பானவன்.

மொய்தீன் கொஞ்சம் சோம்பேறி. உதிரித் தொழிலாளிகள் பங்கேற்கிற வேலைகள் எல்லாமே அவனுக்கு அத்துப்படி. அவன் பேச்சு எப்பவும் சடஞ்சுக்கிற மாதிரியிருக்கும். எல்லாவற்றின் மீதும் நம்பிக்கை இழந்து போய், ஆனால் எல்லாவற்றின் மீதான கனவுகளோடும் வாழ்ந்துட்டிருந்தவன். நல்லா சாப்பிடுவான். நிறையத் தூங்குவான். ஊரை விட்டு ஓடி வந்து பத்து வருடத்திற்கு மேல் இருக்கும்னு சொல்லியிருந்தான். நம்புவதற்கான வாய்ப்புண்டு. இந்தியாவின் குறிப்பிடத் தக்க எல்லா பெரிய நகரங்களிலும் வாழ்ந்திருந்தவன். எது அவனது தாய்மொழின்னு எங்களில் யாராலும் கடைசி வரையிலும் சொல்ல முடியாத அளவில் ஏழு மொழி பேசத் தெரிந்திருந்தவன். அவனது தாய்மொழி எதுன்னு நாங்க கண்டுபிடிக்க முயற்சி செஞ்சது அவனுக்குத் தெரிய, அதைக் காட்டிக்காமலிருக்கிறதுல அவனுக்கு ஒரு பெருமையுணர்வு இருந்தது.

நான் முதலில் சுலபமாக அவனது பெயரை வைத்து உருது இவனது தாய்மொழின்னு சொல்லப்போக, அவன் விழுந்து விழுந்து சிரிச்சுட்டான். அப்பொழுது கூட இருந்தவர்கள் சொன்ன விஷயமும், பின்னாளில் எனக்கு ஏறபட்ட அனுபவங்களுக்குப் பின்னால், இடத்துக்கு ஒரு பெயர சொல்றது நாடோடிக் கூட்டத்திற்கு வழக்கம்னு தெரிஞ்சது. ஆனால் எங்கூட இருந்த சமயங்கள் முழுவதும் அவன் பெயர் மொய்தீன் தான். அது மாறவேயில்லை.

நெல்சன் எங்கள் எல்லோரையும் விடச் சிறியவன். அவன் விரும்பினால் சுறுசுறுப்பானவனா இருப்பான். அவனுக்குப் பிடிக்கலைன்னா அவனாட்டம் சோம்பேறித்தனமா இருக்க முடியாது. குளிக்க மாட்டான். அவனைக் குளிக்கச் சொல்லி பலமுறை அடிச்சிருக்கோம்.

எங்களுக்கு யாருக்கும் வீடு கிடையாது. எல்லோரும் அக்கம் பக்கமாக உள்ள இடங்களில் வேலை செய்து விட்டு இரவு படுக்கைக்கு லாலாபேட்டையில் உள்ள போலீஸ் ஸ்டேஷன் பக்கத்து வீதியில் மசூதிக்கு அருகிலேயோ

காந்தி பார்க்கிலேயோ படுத்துக் கொள்வோம். வேலை முடியறதுக்கே மணி பத்து அல்லது பத்தரை ஆகிவிடும். ஆனால், பன்னிரெண்டு மணி வரையிலும் பேச்சு நீடிக்கும். இந்தப் பேச்சுகள் முழுவதும் கனவுமயமானதாகத்தான் இருக்கும். அன்று பார்த்த சினிமா முதல் அடுத்த வாரம் பார்க்கப் போற சினிமா வரையிலும், கடைக்குச் சாப்பிட வந்தவன் அங்க சாஸ்திரத்தில் தொடங்கி அவன் மனைவி குழந்தை தாண்டி வரம்பற்றுப் போகும். சினிமாக் கனவுகளும், கதாநாயகர்கள் செய்த தவறுகளும், தாங்கள் கடையில் கிளீன் பண்ணும்போது கண்ட கதாநாயகக் கனவும், அதில் நாயகி தினசரி காலையில் இட்லி வாங்க வர்ற பதினாலு வயதுப் பெண் தான் எனச் சொல்லி மீதியைச் சொல்லாமலேயே தூங்கிவிடுவதும் தான் ஆரம்பத்தில் எங்களை இயல்பில் ஒருவருக்கொருவர் அறிமுகமானவர்களாக ஆக்கியது. கடை ஓய்வு நேரங்களிலும், விடுமுறை நாட்களிலும் ஒன்றாகச் சேர்ந்து சுத்துகிற ஒரு சாதாரணமான கூட்டம் தான்.

நான் ஊரைவிட்டு, வீட்டை விட்டு ஓடி வந்து அப்பொழுது ஏறத்தாழ ஒரு வருடம் ஆகிக் கொண்டிருந்தது. பத்தாவது வரையிலும் படித்தவன். இரண்டு வருஷம் மெக்கானிக் வேலை பழகியிருந்தவன். அதிகம் பேசாதவன். எல்லா நேரங்களிலும் உடல் ஆரோக்கியம் பற்றிச் சிந்திப்பதும், பிளாட்பாரத்தில் தூங்கியெழுந்ததும் படுக்கையில் படுத்தபடியே தண்டால் அடிப்பதும், சண்டைப் படச் சினிமா பார்ப்பதும், 'மேஜிக் செய்வது எப்படி?' புத்தகம் படித்துக் கொண்டு 30 நாளில் தெலுங்கு கற்றுக் கொள்ள முயற்சி செய்து கொண்டு, அடையாளங்காணாத எதிரிகளைக் கற்பனை பண்ணிக் கொண்டு 'நான்சாக்' புரூஸ்லி செயின் சுற்றிக் கொண்டு, நேர்மையானவனாக இருப்பதில் பெருமையும் விருப்பமும் கொண்டு, குற்றவியல் உலகை சாகஸமாக்கி கற்பனை செய்து, பேசிக் கொண்டு திரியும் இருபது வயது இளைஞன். நான் சுறுசுறுப்பாயிருப்பதில் பெருமையும், எனது வேலைகளைச் செய்து முடித்து விட்டு எங்கேயாவது போக வேண்டும். எதையாவது பார்க்க வேண்டும், படிக்க வேண்டும், எனக்கு எல்லாமே தெரிந்திருக்க வேண்டும் என்ற விருப்பமும், நானாக விரும்பி எதையும் செய்ய வேண்டும், என் மீது திணிக்கப்படும் எதையும் ஏற்றுக் கொள்ளாதவனாக, அதற்காக அதைவிட மோசமானவற்றைக்

கூடத் தேர்ந்தெடுத்துக் கொண்டவனாக, பணம் பொருள் எல்லாவற்றின் தேவையையும் தெரிந்தும் அதற்கான முயற்சிகளைத் தேடியலையாமல் போலித்தனமில்லாத, பாசாங்கு குணமில்லாத மனிதர்களைத் தேடி, அதனூடாகவே வாழ்க்கையையும் தேடிக் கொண்டு திரிந்து, எல்லாவற்றிற்கான தீர்வையோ, நடக்கப் போகும் விளைவுகளையோ அறியாவிட்டாலும், தானாகத் தேர்ந்தெடுத்த விஷயங்களையும் வேலைகளையும் செய்ய நினைக்கும் தான் தோன்றியாகவும், சாதாரண ஏழைக் குடும்பத்தில் பிறந்ததினாலும் வளர்ப்புச் சூழலில் மறுக்கப்பட்ட யாவற்றையும் அடையத் துடிக்கும் ஆர்வமுள்ளவனாகவும் இருந்தேன். நான் பிறந்த ஊரில் எனது நண்பர்களில் சிலர் கம்யூனிஸ்ட் கட்சியில் இருந்தவர்கள். பொதுவாகவே அரசியல்வாதிகளின் மீது வெறுப்புக் கொண்டிருந்த நான் எந்தக் கட்சியிலும் உறுப்பினராக இல்லையென்றாலும், என்னை கம்யூனிஸ்ட் என்று சொல்லிக் கொள்பவன்.

அப்பொழுது என்னை மிகவும் கவர்ந்த நாயகன் 'பட்டாம்பூச்சி' ஹென்றி ஷாரியர். அவன் தான் மொத்த ஆகர்ஷணமும், விடுதலைக்கான எந்த வடிவமோ கோட்பாடோ தெரியாவிட்டாலும் சுதந்திரமாய் கட்டற்று இருப்பதில் ஒருவித மகிழ்ச்சியை அனுபவித்துக் கொண்டிருந்தவன். ஒரு வேளைக்கு உணவில்லாது போய்விட்டாலும் அது கவலையாய் உருவானதில்லை. ஒரு நாளைக்கு பன்னிரண்டு மணி நேர வேலை வேறு, சர்வராகவும், கிளீனராகவும், மாஸ்டருக்கு அஸிஸ்டெண்டாகவும், பழவியாபாரியாகவும், மூட்டை தூக்குபவனாகவும், குடும்பம் பற்றியோ ஊரிலுள்ள நண்பர்கள் பற்றியோ நினைவு வரும்போது அது கவலையாக மாறிவிடாமல் இருக்க உடனே அந்த நினைவுகளைக் கட்டுப்படுத்திக் கொண்டு வேலையிலும் சினிமாவிலும் கவனத்தைச் செலுத்தியபடியும் நண்பர்களுடனும் நேரத்தைக் கழித்துக் கொண்டிருந்தவன்.

அன்றும் அப்படித்தான்.

2

கடை தியேட்டருக்கு எதிர்புறமா யிருப்பதால் 9 மணிக்குத்தான் வியாபாரம் மெல்லத் தொடங்கும். கடையைத் திறப்பதற்கான ஆயத்த வேலைகளில் ஈடுபட்டிருந்தேன். கடை முதலாளியும் நண்பரும் எங்கோ சென்றிருந்தனர். கடை வாயிலில் ஒரு சைக்கிள் ரிக்ஷா வந்து நின்றது.

அதிலிருந்து ஒருவர் இறங்கி என்னை நோக்கி கொஞ்சம் வேகமாக வந்தார். அவர் என்னை நோக்கித் தான் வருகிறார் என்பதையே அப்போது உணராத நான் சாவதானமாகப் பார்த்துக் கொண் டிருந்தேன். வந்தவர் நான் ஏதோ ஓடி விட எத்தனிப்பவன் போலக் கற்பனை செய்திருக்க வேண்டும். அருகாமையில் வந்து இரண்டு எட்டுக்களை வேகமாகப் போட்டு பணிவுடன் காலரைப் பிடித்தார்.

உள்ளிருந்து கிளம்பும் தற்காப்பு உணர்வு காரணமாக அவரது கையைப் பிடித்து அப்பால் தள்ளி எத்தனித்து பிடி வலுவாக இருக்கவே "என்? ஏன்? யார் நீ?" என்றவாறே முகத்தை நிமிர்ந்து பார்த்தேன்.

அவ்வளவு நேரமும் நான் கவனிக்காத ஒன்று ரிக்ஷாவின் கால் வைக்கும் இடத்தில் இருவர் அமர்ந்திருப்பதையும் அவர்களில் ரவி, 'குமார்! குமார்! கம்முனு வாடா, போலீஸ்டா இது' என்று கூவியது கேட்டது.

இதைப் பார்த்தாலும் நிலைமை எங்கேயோ மோசமாகிக்கொண்டிருப்பது

புரிந்தாலும், 'ஏன் சார்? ஏன் சார்? கையை எடுங்க. தயவு செய்து கையை எடுங்க. என்ன இது மரியாதை இல்லாமல், சார் எல்லாரும் பார்க்கிறாங்க. கையை எடுங்க'ன்னு பணிவான பதட்டமான கொஞ்சம் கெஞ்சும் வகையில் தமிழிலும் தெலுங்கிலும் (அரைகுறையாக) சொல்லிக் கொண்டு இருக்கும் போதே என்னை நெட்டித் தள்ளியபடி ரிக்ஷாவிற்கு அருகில் கொண்டு சென்று விட்டிருந்தான் அந்த யூனிபார்ம் இல்லாத போலீஸ்.

'ரவி ஏனுங்க? ரவி ஏனுங்க? என்னாச்சுங்க? மொய்தீன் ஏன்? என்னாச்சு? சார் கடையில் ஆளில்லைங்க. ஓனர் வந்ததும் சொல்லிட்டு வர்றங்க'ன்னு சொல்லச் சொல்ல, ரிக்ஷாவில் இருந்த போலீஸ்காரர் கீழிருந்தவருக்கு உதவும் வகையில் என் தலைமுடியைப் பிடித்திழுத்து ரிக்ஷாவில் ஏற உதவினார்.

ரிக்ஷாவினுள் ஏறி அவர்களுடன் சேர்ந்து குத்துக்காலிட்டு அமர்ந்து கொண்டு தலையைக் குனிந்து கொண்டேன். கொஞ்சம் பக்கத்தில் தான் கொத்தபேட்டை போலீஸ் ஸ்டேஷன் இருந்தது. ஸ்டேஷனுக்கு முன்னால் ரிக்ஷா நின்றது. இறங்குவதற்கான இடம் இது தான் போலிருக்கிறது என நினைத்து இறங்கும் முன்னர், 'இறங்குடா' என்றார் போலீஸ்காரர் தெலுங்கில், முதலில் மொய்தீனும், நானும், ரவியுமாக இறங்கினோம். 'உம், போங்கடா உள்ளே' என்றார்.

உள்ளே சென்றவுடன் இன்ஸ்பெக்டர் டேபிளுக்கு முன்னால் நிறுத்தி வைக்கப்பட்டோம். இன்ஸ்பெக்டரும் போலீஸும் ஏதோ பேசிக் கொண்டார்கள். எனக்கு அப்பொழுது ஆந்திராவுக்குள் காலடி எடுத்து வைத்து ஆறு, ஏழு மாதங்கள் ஆகியிருந்தது. குறைந்த பட்சம் தெலுங்கு மொழி கேட்டுப் பழக்கமிருந்தாலும், அதிகமாகப் பேசிப் பழகவில்லை. காரணம், உடனிருந்த நண்பர்கள் தமிழர்கள். இருந்த ஏரியாக்கள், வேலை செய்த கடை ஓனர்கள் எல்லோரும் அதிகபட்சம் தமிழர்களாயிருந்ததால் தெலுங்கு பேசும் வாய்ப்பு குறைவாக இருந்தது. ஆனால், ஸ்டேஷனில் தெலுங்கு பேசும் வாய்ப்பு கட்டாயமானது. அப்பொழுது தமிழும் தெலுங்கும் கலந்து ஏதேதோ, மொத்தத்தில் உளறிக் கொட்டிக் கொண்டிருந்தேன்.

ரவி இன்ஸ்பெக்டரிடம் பேசினான்.

ஏதோ கொஞ்சம் தடுமாறியது.

இன்ஸ்பெக்டர் உரத்த குரலில் சத்தமிட்டபடி எழுந்தார். 'தட்' என்ற சத்தம் எழவும் ரவி குப்புற இடறி விழுந்தான். இன்ஸ்பெக்டர் எழுந்த வேகத்தைப் பார்த்த எங்களுக்குப் பின்னால் இருந்த போலீஸ்காரர் செய்த கைங்கர்யம், நானும் மொய்தீனும் கையைக் கட்டிக் கொண்டு நின்றோம். எனக்கு நன்றாகவே தெரிந்தது. இருதயம் தனியாக நடுங்கியது. எனது உடல் வலுதான் நிச்சயம் நடுக்கம் வெளியே தெரியாமல் தடுத்திருக்கும். மொய்தீன் அழாக்குறையாக தெலுங்கில் சொன்னான். அதிகபட்சம் 'எங்களுக்கு ஒண்ணும் தெரியாது சார்' என்பதாய் தெரிந்தது. ஆனால் காவலர்களில் ஒருவர் ரவியையும் மொய்தீனையும் சுட்டிக் காட்டிவிட்டு என்னைப் பார்த்தபடி சொன்னார். ஒற்றை நாடியுடைய அவர்கள் இருவரும் கொஞ்சம் வாளிப்பான நானுமாகச் சேர்ந்து மிகச் சிறந்த கூட்டம் என்பது போலிருந்தது.

'ஏய் சொல்றா? என்னை ரொம்ப நேரம் பேச வைக்காதே. சொல், உம், சொல்' குரல் உச்ச ஸ்தாயியில் ஏறி இறங்கியது. ரவி, 'என்ன சார் சொல்றது? ஏன் சார் எங்களைக் கொண்டு வந்திருக்கீங்க? நாங்க என்ன சார் தப்புப் பண்ணினோம்?' தெலுங்கில் தான் பேசினான்.

''ஊகும்! எடு என்னுடைய லத்தியை' என்றார் இன்ஸ்பெக்டர். சுத்தமா இரண்டரை அடி நீளம் கை மணிக்கட்டு அளவுக்கு மொத்தமுள்ள பிரம்பை எடுத்துக் கொடுத்தார்கள். விளையாடுவதற்கு களம் அமைப்பது போல் எல்லோரையும் பின்னுக்குப் போகச் சொன்னார்கள். ஒரு போலீஸ்காரர் என்னையும் மொய்தீனையும் பிடரியில் கை வைத்துப் பிடித்துக் கொண்டார். ரவி கொஞ்சம் கொஞ்சமாக பின்னாலேயே போயிட்டிருந்தான். ஒரு நான்கடி தூரம் போனதும் ஒரு காவலர் அவன் முதுகில் கை வைத்து முன்னுக்குத் தள்ளியபடி, 'ஐயாவுக்குக் கோபம் உண்டாக்காதேடா. அடி, கொன்னுடுவார்' என்று சொன்னார்.

அப்படி சொன்னதை மெய்பிக்க வேண்டுமென்ற உணர்வு உந்தியதோ என்னவோ தெரியாது. ஆனால் சடச் சடவென மின்னல் வேகத்தில் கம்பு விர் விர்ரெனத் தெறித்தது. ரவிக்கு அடி எந்தெந்த இடத்தில் விழுகிறது, எங்கு தடுத்துக் கொள்வது என்று உணரக் கூட அவகாசமில்லாமல் அடி விழுந்தது. இன்ஸ்பெக்டர் தொடர்ந்து ஒரே வார்த்தையில்

அழுத்தந்திருத்தமாக திட்டிக் கொண்டிருந்தார். அந்த வார்த்தைக்குக் கொடுக்கும் அழுத்தம் அடிப்பதற்கு உடம்பு எடுத்துக் கொள்ளும் ஒரு முயற்சியாகத் தெரிந்தது.

'அய்யோ! அய்யோ!' என்று ரவி தொடர்ந்து நூறு முறைக்கு மேல் கத்தியிருப்பான். அதுவும் கூட அவன் வாங்கும் அடிகளுக்கு ஏற்றாற் போல் இருந்தது. இன்ஸ்பெக்டருக்கு கை ஓய்ந்து விட்டது. அல்லது ரவி சுருண்டு விழுந்து விட்டது, எதனாலோ அடி நின்றது. கம்பை டேபிள் மேல் வீசி விட்டு, சுருண்டு கிடந்த ரவியின் கணுக்கால் மூட்டின் மேல் ஓர் மிதி, 'அய்யோ' என்ற வார்த்தை பாதியில்லாமல் அலறலாக வெளியானது.

'இவனுகளையெல்லாம் உள்ள போட்டுப் பூட்டி வை. ஜாக்கிரதையாப் பார்த்துக்குங்க. நைட்டுல கவனிச்சுக்கலாம்'னு சொல்லிவிட்டு டேபிளுக்கு பின்னால் போய் உட்கார்ந்தார். அவருக்கு மூச்சிரைத்தது.

'உம் பேரு என்ன" என்றார் என்னைப் பார்த்து.

நானும் மொய்தீனும் ஏக காலத்தில் பெயர்களச் சொன்னோம்.

'போங்கடா, போங்கடா' என்ற போலீஸ்காரர் ஒருவர் லாத்தியை மிக மெல்லமாக ஓங்கிக் குறி பார்த்து அதிவேகமாக வலுவாக இறக்கினார்.

என் தொடைகளின் பின்பாகம் நெருப்புப் பட்டாற் போல் இருந்தது. பற்களை இறுக்கிக் காற்றை உள்ளிழுத்து லேசான ஒலி எழுப்பியவாறு உட்பக்கமாக ஓடினேன.

மொய்தீனுக்கும் அதே பாணியில் அடி விழுந்திருக்கிறது. அந்த அடியிலிருந்து தப்பிக்க முயற்சி செய்து, அடி தாறுமாறாகி இடுப்பில் விழுந்திருக்கிறது. வாயை மிக அகலமாகத் திறந்து அலறியபடி ஓடி வந்தான் உள்ளே.

அங்கு தான் விஷயமே ஓரளவுக்குப் புரியத் தொடங்கியது.

3

உள் அறையில் அடைப்பதற்கு முன்னால் இரண்டு மூன்று போலீஸ்காரர்கள் வந்து சலிப்பும் வெறுப்பும் கூடிய முகங்களுடனும் விசாரித்தார்கள்.

தெலுங்கு தெரியாது எனச் சொல்லி விட்டேன்.

மொய்தீன் ஏதோ அவர்களிடம் தீர்வு வந்துவிட்டதைப் போல் தன் முகத்தைக் கழிவிரக்கம் பொங்கும்படி வைத்துக் கொண்டு, காலையில் அவனைப் பிடிப்பதற்கு முன் அவன் கடையில் என்ன வேலை செய்து கொண்டிருந்தான், போலீஸ்காரர்கள் வந்து தன் பெயரைத் தன்னிடமே கேட்டு விசாரித்ததையும், தானே முன் வந்து 'நான் தான் அது, ஏன், என்ன வேண்டும்?' என்று கேட்டதையும் சொல்லிக் கொண்டிருக்கும் போதே லாக்கப் ரூம் சாவியைக் கொண்டு வந்தார் ஒருவர்.

பூட்டிய கதவைத் திறந்து கொண்டு முகத்தைப் பார்த்த போலீசின் முகத்தையே மலங்க மலங்கப் பார்த்தோம். ஒரு வினாடி எங்கள் முகத்தையே பார்த்த போலீஸ்காரன் பிடறியில் கைவைத்து உள்ளே தள்ளினான். ரவி அமைதியாக கடைசியாக உள்ளே வந்தான். அவனது முகத்தைப் பார்த்தேன். கண்களில் நீர் உலர்ந்து விட்டிருந்தது. ஏதோ லேசான தலைவலியால் வேதனைப்படுபவனைப் போல தலையில் கை வைத்துக் கொண்டு பூட்டப்படும் கதவைப் பார்த்தான்.

டச்சுக் கயானா, பிரெஞ்சுக் கயானா சிறைகளின் நினைவு வந்தது. அந்த

சிறைகள் மனித உரிமையை, உணர்வை, விடுதலையை எப்படி இரக்கமின்றிக் கொல்கின்றன என்பதைப் பற்றிய ஹென்றியின் வாசகங்கள் என் நினைவுக்கு வந்தது. அந்த சிறைகளோடு இதை நான் ஒப்பிடவில்லை. ஆனால், நினைவுபடுத்திக் கொண்டேன்.

அந்த அறை பத்தடிக்குப் பத்தடி இருந்தது. ஒரு பக்கம் கதவு வலிமையான பலகைகளால் ஆனது. அதன் ஒரு பகுதியின் மையத்தில் வட்ட வடிவத்தில் ஒரு ஓட்டை ஏற்படுத்தியிருந்தார்கள். அதில் உணவுப் பொட்டலமோ, செம்பில் தண்ணீரோ கொடுப்பதற்கும் பயன்பட்டது. உள்ளிருந்து பார்ப்பவரகளுக்கு அடிக்கடி அதில் அருவருக்கத்தக்க பார்வையை வெளிப்படுத்தும் குரூரக் கண்கள் தெரியும். அந்தக் கதவின் பக்கச் சுவர் அருகில் சிறுநீர் கழிவு வெளியேறும் பகுதி இருந்தது. உள்ளிருந்த நேரங்களில் வரப்பிரசாதம் அந்த கதவுகளற்ற ஜன்னல் தான். அடைக்கப்பட்டவர்களின் உறவினரோ, பார்க்க வருபவர்களோ, அல்லது காவல் நிலையக் காம்பவுண்டிற்குள் போவோர் வருவோரைப் பார்க்க, பேச, கொடுக்க, வாங்க, கெஞ்சவும் அழவும் பயன்பட்டது.

மார்ச் மாதம் 13ஆம் நாள் என் வாழ்வில் மறக்க முடியாத நாள். அதுவரையிலும் எந்தக் காரணத்திற்காகவும் காவல் நிலையம் சென்றதில்லை. ஆனால், உண்மையிலேயே நல்ல வேளையாக காவல் நிலையம் பற்றியும் காவல் துறை பற்றியும் நல்லவிதமாகக் கேள்விப்படவுமில்லை, படிக்கவுமில்லை, அதனால் என்னால் சூழ்நிலைகளை உடனடியாகப் புரிந்துக் கொள்ள முடிந்தது.

பூட்டப்பட்ட கதவுகளையே வெறித்துப் பார்த்துக் கொண்டிருந்து விட்டு என்ன யோசனை செய்வது என்பதைக் கூட யோசிக்க வேண்டும் போல் அடங்கிப் போய்விட்ட உணர்வுகளை 'டேய், நீ சொன்னது இவங்களைத்தானா?' (தெலுங்கில்) என்ற கேள்வி உசுப்பியது. அப்பொழுது தான் லாக்கப்பிற்குள் ஏற்கெனவே இருந்த மூன்று பேரோ, நான்கு பேரோ, பார்க்கத் தொடங்கினேன்.

எல்லோருமே வெற்று உடம்புடன் ஜட்டி மட்டும் போட்டபடி இருந்தார்கள். ஒருவன் மட்டும் முகத்தை முழங்கால்களுக்குள் செருக முயற்சி செய்பவன் போல் சுருண்டு

படுத்துக் கொண்டிருந்தான். அவனது முதுகுதான் கண்ணில் பட்டது. பழக்கப்பட்ட ஏதோவொன்று ஆச்சரியத்தை உண்டு பண்ணியது. முடி போட்ட நூல் போல் துருத்திக் கொண்டு இருந்த அந்த நீல பனியன், பல நாட்களாக வெட்டப்படாததால் சிறு காடு போல் வளர்ந்திருந்த தலைமுடி, சீப்பு என்பதையே அறியாததைப் போல் அழுக்குப் படிந்த தலைமுடியில் எரிந்த தீக்குச்சி சிக்கிக் கிடக்க, அழுக்குப் படிந்து மடித்துக் கட்டப்பட்ட லுங்கி ஜட்டிக்கு மேல் இடுப்பு மீது சுருண்டு கிடக்க, சன்னமான கணுக்காலுக்கு மேல் இருந்த தசைப்பிடிப்புள்ள பகுதி முழுவதும் வாரை வாரையாய், தீப்பிழம்பு தாக்கியதைப் போன்ற நீண்ட தாரைகளுடன் காணப்பட்டான்.

'ரவி, இங்க பாருங்க, மொய்தீன், யோவ், இங்க பாருய்யா. யாராட்டத் தெரியுது? நம்ம நெல்சன் தான் இவன். இவன் இங்க எப்படி வந்தான்.? ஆமாம், நான் மறந்திட்டேனே, இவனை ரெண்டு மூணு நாளாகவே நான் பார்க்கவில்லை' என்று ரகசியம் பேசும் குரலில் அவசரமாய்ச் சொல்ல ரவி மெல்ல அவனை எழுப்பினான்.

நெல்சன் எழுந்தவன், கண்களில் மிரட்சி தெரிய எதிர்பார்த்தவனைப் போலவும், ஒரு துணையற்றவனுக்கு நல்ல துணை கிடைத்து விட்டதைப் போலவும் உணர்ந்த நிலை அவனது கண்களில் தெரிந்தது. ஒரு நிமிடம் தான். எனது கைகளைப் பிடித்துக் கொண்டு ஆற்றாமையினாலும் ஏற்பட்டுப் போன அவல நிலையாலும் சத்தமின்றிக் கதறியழுதான்.

அவனைத் தேற்ற முயன்றேன். என் நிலை மறந்தபடி, 'என்ன ஆச்சு? நீ எப்படி இங்க வந்த? உன்னை எப்பப் பிடிச்சுட்டு வந்தாங்க?' என்றேன்.

'குமார், நீ இரு. இவன் தான் என்னென்னமோ சொல்லி இப்ப போலீஸ் நம்மளையெல்லாம் பிடிச்சிருக்காங்க போலிருக்கு' என்று அடி வாங்கிய ஆத்திரத்தோடு திட்டினான் ரவி.

'ஆமாய்யா, இவன்தான் நம்மளைப் பத்தி ஏதேதோ சொல்லியிருக்கான். டேய், உன்னை எங்கடா பிடிச்சாங்க? எங்க பேரெல்லாம் அவங்களுக்கு எப்படிடா தெரிந்தது' என்றான் மொய்தீன்.

அவனது சலிப்பு கலந்த கேள்வி வெளியில் நடுங்கியவனைப் போலிருந்தாலும், மனத்தளவில் சுதாரித்துக் கொண்டான் போலிருந்தது.

இரண்டு நாள் முன்பு லீலா மஹாலில் சினிமா பார்த்துக் கொண்டு இருந்தபோது படம் பார்த்தபடியே தரை டிக்கட் பகுதியில் கீழே படுத்துக் கொண்டு பீடி குடித்துக் கொண்டிருந்தானாம். அப்படியே தூங்கி விட்டிருக்கிறான். படம் முடிந்து எல்லோரும் போய் விட்டிருக்கிறார்கள். தியேட்டரில் வேலை செய்த ஆள் ஒருவன் உள்ளே போன போது இவனைப் பார்த்திருக்கிறான். எழுப்பியிருக்கிறான். தூக்கக் கலக்கத்தில் தமிழும் தெலுங்குமாய் உளறியிருக்கிறான். தியேட்டர்க்காரன் வெளியில் கூட்டி வரும் பொழுது இரவு ரோந்து சென்றவர்களோ அல்லது ஓசியில் டீ குடிக்கப் போன போலீசோ இருந்திருக்கிறார்கள். நம்ம ஆள் தியேட்டர் தொழிலாளி என்னமோ தெலுங்கில் சொல்ல, இவன் ஏதோ சிரித்துக் கொண்டே பதில் சொன்னானாம். விழுந்ததாம் பிடரியில் ஒரு அடி, வலியாலும் அவமானத்தாலும் சிலிர்த்துப் போன நம்ம ஆள் 'ஏன் சார் அடிக்கிறீங்க'ன்னு அரைகுறை தெலுங்கில் கேட்டானாம். இவனது தெலுங்கு அவர்களுக்குப் புரியவில்லையோ, அல்லது தன்னியல்பான நிலைமறுப்போ, அல்லது அவனுக்கு வேறு ஆள் கிடைக்காது என்றெண்ணியதாலோ, பளார் பளார் என்று அறைந்தார்களாம், தியேட்டரிலேயே ஒரு கயிறு வாங்கி முழங்கை மூட்டுக்கு மேல் தசைப் பகுதியில் இறுக்கக் கட்டி மறுமுனையைக் கையில் பிடித்துக் கொண்டு புறப்பட தியேட்டர் மேனேஜரோ இரவுப் பொறுப்பாளரோ ஏதோ சொல்ல வர, சிரித்துக் கொண்டே நேரமாகி விட்டது. இவனைக் கொண்டு போய் ஸ்டேஷன்ல விட்டுட்டு வர்றோம்'ங்கற மாதிரி ஏதோ சொல்லிவிட்டு சைக்கிளில் உட்கார வைத்துக் கொண்டு நேராய் ஸ்டேஷனுக்கு வந்தார்களாம். ஸ்டேஷனில் இருந்த இரவுப் போலீசிடம் ஏதோ கூறி உள்ளே தள்ளிவிட்டுப் போய்விட்டார்களாம்.

இரவு இருட்டில் உள்ளே தள்ளி கதவு மூடப்பட்டதும் ஒரு அடி கால் எடுத்து வைத்திருக்கிறான். யாரோ இவனது அம்மா, பாட்டி அவர்களது வரலாற்றை அவன் விருப்பத்திற்கு சொல்லித் திட்டியிருக்கிறான். பயந்து போய் கதவு அருகில் அமர்ந்தவன் கொஞ்ச நேரத்தில் தூங்கி விட்டானாம்.

மு.சந்திரகுமார் ⊃ 25

காலையிலே ஒன்பது மணிக்கோ பத்து மணிக்கோ ஒரு போலீஸ்காரன் வந்தானாம். லாக்கப்பில் இருந்த மூன்று பேரை வெளியே கூப்பிட்டுப் போனார்களாம். ஸ்டேஷன் பின்புறம் பகுதியில் அமைந்திருந்த காலியிடத்திலிருந்து ஓயாமல் அலறல் சத்தம் கேட்டதாம். சிறிது நேரம் கழித்து அவர்கள் திரும்ப வந்திருக்கிறார்கள். கை கால்கள் எல்லாமே முடமாகிப் போனவர்களைப் போல் தள்ளாடியபடி வந்திருக்கிறார்கள். கொஞ்ச நேரம் முனகியபடி இருந்த அவர்கள், மெல்ல ஒன்று கூடி சத்தமில்லாமல் திட்டிக் கொண்டிருந்திருக்கிறார்கள்.

அவர்களைப் பார்த்துக் கலங்கிப் போன இவனுக்கு மலம் கழிக்க வேண்டும் போல் இருந்திருக்கிறது. மெல்ல சன்னல் வழியாக 'சார், சார்' என்று நின்றானாம். வந்து பார்த்தவர்கள் இதுக்குத்தானா என்பது போல் பார்த்துவிட்டுத் திரும்பியிருக்கிறார்கள். சுமார் இரண்டு மணி நேரமாக அவசரமாய் வருகிறது என கெஞ்சியிருக்கிறான். இரக்கப்பட்ட ஒரு போலீஸ் ஆத்திரத்துடன் கதவைத் திறந்து, அம்மா பெயரைச் சொல்லி அவனைக் கூப்பிட்டு கழிப்பிடம் வரையிலும் உடன் வந்து வெளியில் காவலுக்கு நின்றபடி அவசரப்படுத்திவிட்டு, அரையும் குறையுமாக ஓடி வந்தவனை லாத்தியில் உட்காருமிடத்தில் குறி பார்த்து நாலடி அடித்து உள்ளே தள்ளிப் பூட்டிவிட்டுப் போய் விட்டானாம்.

அன்று முழுவதும் சாப்பாடின்றி உள்ளே மற்றவர்களுக்குக் கிடைக்கும் குடிநீரை மட்டும் குடித்து விட்டு அறிமுகமில்லாத அந்த பிக்பாக்கட்களிடம் (அதற்குள் பேசிப் பழகிவிட்டான்) பீடி வாங்கிக் குடித்து விட்டு எங்களுக்கு எப்படித் தகவல் சொல்வது என யோசித்தபடி தூங்கிப் போய் விட்டிருக்கிறான்.

மறுநாள் காலை 7 மணிக்கு கதவைத் திறந்திருக்கிறார்கள். யாரோ புதிதாய் வந்தார்களாம். அப்பொழுது சப் இன்ஸ்பெக்டர் விசாரித்தாராம். இவன் சொன்ன பதிலைக் கேட்டது போல் இவனையே பார்த்துக் கொண்டு இவனைப் பிடித்து வந்த போலீஸ்காரன் சொன்னதைக் கேட்டு விட்டு முறைத்தபடி இராத்திரி வந்து கவனிச்சுக்கிறேன்னு சொல்லிவிட்டுப் போய்விட்டானாம்.

அன்று மதியம் 2.30 மணியளவில் ஒரு சாப்பாடு பொட்டலம் கொடுத்திருக்கிறார்கள். என்ன நடக்குமோ என்ற

பயம் இருந்தாலும் சாப்பிட்டானாம். கொஞ்ச நேரத்தில் தூங்கி விட்டானாம். இரவு மணி எவ்வளவு இருக்கும் என்று தெரியவில்லையாம். சப்இன்ஸ்பெக்டர் இரண்டு மூன்று போலீஸ்காரர்களோடு வந்திருக்கிறார். என்னென்னமோ கேட்டார்களாம். அவர்கள் கேட்பது இவனுக்குப் புரியாமலும் இவன் சொன்னது அவர்களுக்குப் புரியாமலும் அடி தாறுமாறாய் விழுந்திருக்கிறது. கத்தியிருக்கிறான். அவனுக்குத் தெரிந்தவர்கள் பெயரெல்லாம் சொல்லியிருக்கிறான்.

நால்வரும் சேர்ந்து என்னென்ன செய்தீர்கள் என்று கேட்ட போது சினிமாவுக்குப் போனதிலிருந்து பொம்பளைகிட்டப் போனது, சோறில்லாமல் சுத்தினது, ரயிலில் டிக்கட் எடுக்காம்ப் போனது வந்தது,. சினிமாவைப் பார்த்துட்டு வந்து விட்டு இப்படிப் பண்ணலாமா, அப்படிப் பண்ணலாமா? பேங்க் கொள்ளையடிச்சா எப்படிப் பண்றதுங்கிறதைப் பற்றிய, சூழ்நிலை அறிவு கலந்த, அதே சமயம் பயங்கர இடையூறுகள் வந்தால் நாம் மட்டுமே வெற்றியடைகின்ற, அதற்கான காரணங்களுடன் கூடிய கற்பனைகள் வரை எல்லாவற்றையும் உளறிக் கொட்டியிருக்கிறான். ஒரு பயங்கரக் கூட்டத்தைப் பற்றிய துப்புக் கிடைத்தவிட்ட ஆர்வத்தோடு இன்ஸ்பெக்டர் எங்களைக் கைது பண்ணச் சொல்லிவிட்டார்.

4

ரவி சொன்னான், "தெரியும் எனக்கு, தினசரி இவன் இரண்டாவது ஆட்டம் சினிமாவுக்குப் போகும் போதே சந்தேகக் கேஸ்ல போலீஸ்ல மாட்டுவான்னு தெரியும். ஆனால் இப்படி நம்மளைக் கொண்டு வந்து உட்கார வைப்பான்னு நான் நினைக்கவேயில்லை.'

மொய்தீன் மிகவும் அறிவுப்பூர்வமாக, நெல்சன் எப்படியெல்லாம் போலீசைச் சமாளித்திருக்க வேண்டும் என்று சொல்லிக் கொண்டிருந்தான்.

எனக்கு வகையில்லாமல் இக்கட்டில் மாட்டிவிட்டோம் எனத் தெரிந்தது. "நம்ம முதலாளி மணி வருவாரா?" என்று ரவியிடம் கேட்டேன்.

'என் தம்பி, என் தம்பி என்று கொஞ் சுவானே, வருகிறானா இல்லையா என்று பார்ப்போம்' என்றான். என்னை ஏமாற்றி மணி அதிகம் வேலை வாங்குவதாக எண்ணம் ரவிக்கு இருந்தது. எனக்குத் தெரியும், அதனால் பதில் பேசாமல் விட்டு விட்டேன்.

ரவி தொடர்ந்து, 'சையத் கரீம் காலையில் கடையில் இல்லை, இருந்திருந்தால் தெரியும் சேதி. வேண்டுமானால் பார், அவர் வந்து விடுவார். கடை வாசலில் போலீஸ் நம்மைப் பிடித்துக் கொண்டு வந்ததை பல பேர் பார்த்தனர். தகவல் கிடைத்ததும் வந்து விடுவார். குமார், அமைதியாக இரு. அதிகமாகப் பேசாதே' ரவிக்கு நான் திடீரென்று எதிர்த்துக் கொள்வேன் என்ற எண்ணம் இருந்தது.

'டேய் நெல்சன்,இனியாவது உளறுவதை நிறுத்து. இப்ப எனக்கு விழுந்த அடிக்கு வெளியில் போய்தான் உனக்கு இருக்கு! என்று பசாரித்தான்.

மொய்தீன், "டேய், போலீஸிடம் எதையாவது சொன்னம்னா திரும்பத் திரும்ப அதையே சொல்ல வேணும். ஒரு வார்த்தை மாத்தினீன்னா பொய் சொல்கிறாய்னு நினைச்சு உதைப்பான். இல்லைன்னா கடைசி வரைக்கும் தெரியாதுன்னே சொல்லிட்டிரு. எதையாவது சொல்லிட்டு அதுக்காக வாங்கிக் கட்டிக்காத" என்றான்.

எனக்கு மொய்தீன் சொல்வது போல், இனி நெல்சனுக்குத்தான் பிரச்சனை என்பது சரியல்ல என்றே நினைத்தேன். இனி நெல்சனுக்கு அல்ல பிரச்சனை. நமக்குந்தான். எங்கள் மூன்று பேருக்குமாகத்தான் என்று தோனியது. இருப்பதிலேயே கொஞ்சம் உடல்வாகு என்பது எனக்குத்தான். போலீஸ் நல்ல உடம்பு கிடைச்சா தட்டியெடுப்பானாம். அப்ப எனக்குத்தான் அதிகம் விழுமோ?

நெல்சன் ரொம்ப சின்னவன், அதிலும் இப்பொழுதே மிகவும் பரிதாபப்படும் அளவிற்கு இளைத்திருக்கிறான். மொய்தீனும் பார்வைக்கு நோஞ்சான் போலிருந்தான். ரவி ஒல்லியாக இருந்தாலும், அவனது சுறுசுறுப்பான தேகமும் தெளிவான பேச்சும் போலீஸ் பார்வையில் கிரிமினல் என்ற வார்த்தைக்கான அங்க சாஸ்திரமும், கண்களை நேருக்கு நேர் சந்திக்கின்ற அச்சமற்ற கண்களும் தான் அவனுக்கு முதலடி விழக் காரணம் எனத் தோன்றியது. எனக்கு ஏற்கெனவே மொழிக் குளறுபடி, அதையே காரணமாய் வைத்து எதுவும் தெரியாது என்று சொல்லி விட்டால் தப்பித்துக் கொள்ளலாம் என நினைத்தேன்.

ரவி மெல்ல உள்ளேயிருந்த மற்றவர்களோடு பேச்சுக கொடுத்தான். மொய்தீன் மிகவும் பரிதாபகரமாக முகத்தை வைத்துக் கொண்டு என்னைப் பார்க்கும்போது சிரிப்பதும், நெல்சனைப் பார்க்கும்போது முறைப்பதுமாயிருந்தான். சன்னலில் ஏதோ சில பெண்கள் வந்து அழுது கொண்டும் பேசிக் கொண்டும் இருந்தார்கள். பார்க்கப் பரிதாபகாக இருந்தது.

அம்மாவோ உறவினரோ அவனுகளுக்கு பீடி தீப்பெட்டியும் கொஞ்சம் பணமும் கொடுத்தார்கள். மாலையும் தாண்டி

இருட்டத் தொடங்கி விட்டது. சையத் கரீமும் வரவில்லை. மணியும் வரவில்லை. ரவி தான் சொல்லிக் கொண்டிருந்தான். எந்த ஸ்டேஷனுக்குக் கொண்டு போனாங்கன்னு தெரிந்திருக்காது. நாளை வருவார் என்றவன், மலம் கழிக்கப் போக வேண்டும் என்றான். மலம் கழிக்கப் போய் வரும் போது விழுந்த அடியைப் பற்றி நெல்சன் சொன்னதால் எனக்கு வரவில்லை என்று சொல்லிவிட்டேன். ரவி குறுக்கும் நெடுக்குமாய் நடந்தான். லாக்கப்பிற்குள்ளேயே மூலையிலிருந்த துவாரப் பகுதிக்கு அருகில் மூத்திரம் பெய்தான். அப்புறம் ஒவ்வொருவராக.. நாற்றம் பிடுங்கியது. வெளியில் காவலர்களின் கனத்த பூட்சுகளின் சத்தம் நெஞ்சில் நடப்பது போல் கேட்டது. அவர்கள் ஒருவரையொருவர் திட்டிக் கொள்வதும் சலிப்படைந்து பேசிக் கொள்வதும் நடக்கும்போது கைகளில் வைத்திருக்கும் லாத்தியின் முனைகள் சுவற்றிலும் பலகைகளிலும் மோதும் சப்தம் தூக்கத்தைக் கலைத்தது.

யார் மீதும் படாமல் ஓரமாய் அமர்ந்திருந்த என் மீது பிசுபிசுத்த கால்களும் கைகளும் விழத் தொடங்கியது. நெல்சன் முன்னமே தூங்கி விட்டான். அந்தச் சூழ்நிலையை மறக்க முயற்சி செய்தேன்.

மூத்திரம் வருவது போலவும், மலம் கழிக்க வேண்டும் போலவும் பசிப்பது போலவும் இருந்தது. எதற்கும் கதவைத் தட்டி காவலர்களில் யாரையாவது கூப்பிடும் தைரியம் இல்லை. எப்பொழுதோ மெல்லத் தூங்கிப் போனேன்.

5

விழித்தபோது விடிந்திருந்தது. காவல் நிலையம் பரபரப்பாயிருந்தது. சன்னல் வழியே யாரோ யாரிடமோ சத்தமிடுவது கேட்டது. யூனிபார்ம் போடாத போலீஸ்காரர் ஒருவர், உள்ளே எத்தனை பேர், யார் யார் என்று அடையாளம் பார்க்கும் முயற்சியில் இருந்தார்.

நான் அவரையே பார்க்க, "எந்த ஊர்? பெயர் என்ன? எதற்காக இந்த ஊர் வந்தே?" என்றார்.

என்னவோ நானே விரும்பி இங்க வந்த மாதிரி தொடர்ந்து கேள்விகள், பெயரைச் சொல்லிவிட்டு, தமிழன் என்று சொன்னேன். எதையோ முடிவு செய்து கொண்டவன் போல தலையசைத்து விட்டுச் சென்றான். பிக்பாக்கெட்டுகள் "சார், சார்" என்று கத்தினார்கள். மலம் கழிக்கப் போக வேண்டும் என்றார்கள். ஏதோ பழக்கப் பட்டவர்களைப் போல, அல்லது அடிப்படை உரிமையைக் கேட்பது போலிருந்தது. யாரும் நேற்று வாங்கிய அடியை நினைவில் வைத்திருப்பவர்களாய்த் தெரியவில்லை.

வெளியிலிருந்து பதில் வந்தது. இவர்கள் வெளியே போகத் துடித்தார்கள். கெட்ட வார்த்தைகளில் திட்டினார்கள். மொய்தீன் என்னைப் பார்த்து புருவத்தை உயர்த்தி அவர்களைக் காட்டி நகைத்தான். எனக்கும் வெளியில் போக வேண்டும் என்ற அவசியமும் அவசரமும் இருந்தது. ஆனால் இவர்கள் போடும் சத்தமும் திட்டிய வார்த்தைகளும் கேட்டால் எங்கே எங்களுக்கும் அடி

விழுமோ என்று பயமாய் இருந்தது. ரவி என்னைப் பார்த்து எதற்கோ தலையிலடித்துக் கொண்டான். ஆனால் அவர்களைப் பார்த்து, 'சும்மா இரு குரு. அவனுக வந்து உதைக்கப் போறானுக! என்றான்.

இதுவே அதிக சப்தம் போல் எனக்குக் கேட்டது. நெல்சன் அமைதியாகி விட்டிருந்தான். எனக்கு அதில் விருப்பம் இல்லை என்றாலும் எங்கள் மூவருக்கும் இடையில் லேசான இடைவெளி விழுந்திருந்ததை என்னால் உணர முடிந்தது.

பாவம், சின்னப்பையன்! நாங்கள் வந்தாவது அவனைக் காப்பாற்றுவோம் என்றெண்ணித்தான் அவன் சொல்லியிருப்பான் எனத் தெரிந்தது. ஆனாலும் ரவி அவனைத் திட்டியதும் பயந்து விட்டான். எனக்கும் அவனுக்கு ஆறுதல் சொன்னாலோ அல்லது அவனுக்காக வாதிட்டாலோ ரவி கோபப்படுவான் எனத் தெரிந்து இப்போதைக்கு வீண் சிக்கல் வேண்டாம் என்று பட்டும் படாமலும் இருந்து விட்டேன்.

தாழ்ப்பாள் உராயும் சத்தம் கேட்டது. கதவின் துவாரத்தில் உடனடியாய் ஏற்றப்பட்ட செயற்கைக் கோபத்தை வெளிப்படுத்தியவாறு இரண்டு கண்கள் தெரிந்தது. 'வாங்கடா, வாங்க எல்லோரும். சீக்கிரமா காலைக் கடன்களை முடியுங்க. எனக்கு வேற வேலை இருக்குது சீக்கிரம் போ. முன்னாடி போ. டேய் அங்க போகாதே, இங்க போ, டேய், நீங்க எல்லாரும் இங்க உட்காருங்கடா' என்றார்.

'டேய் நீங்க எப்படா வந்தீங்க? நீங்க ஏன் பேண்ட், சர்ட் எல்லாம் கழட்டவில்லை? எல்லாவற்றையும் கழட்டி ஒண்ணா வைத்துக் கொள்ளுங்கள்' பிக்பாக்கெட்களைப் பார்த்து, 'டேய், சீக்கிரம் பல்லைத் தேய்த்து முகமெல்லாம் கழுவிக் கோங்கடா, போங்கடா, போய் நீங்களும் சீக்கிரம் கழுவிக் கொள்ளுங்கள்' என்றபோது, உண்மையில் அவ்ன் எங்களைப் பாரத்து இரக்கப்பட்டான் போலத் தெரிந்தது.

மொத்தமே இரண்டு டாய்லெட் தொட்டிகள்தான் இருந்தது. அதில் அனுபவஸ்தர்கள் புகுந்து கொண்டனர். நாங்கள் அமைதியாக வெளியே நின்றோம். வருவதும் போவதுமாய் இருந்த போலீஸார் எங்களையே பார்ப்பது போலிருந்தது. யாருடைய முகத்தையும் பார்க்காமல் இருந்தால் நல்லது என்று தோன்றியது.

குனிந்து கொண்டு சுற்று வட்டாரத்தில் நடப்பதிலிருந்து விலகி அமைதியாக உட்காரவும் பயமாக இருந்தது. யாராவது அருகில் வருவது போல் சத்தம் கேட்டாலே உதறல் எடுத்தது. அவர்கள் கடந்து போனதும் அப்பாடா என்றிருந்தது. குனிந்தபடி அமர்ந்திருக்கும்போது முதுகில் அடி விழுவது போல் கற்பனை செய்து நெளிந்து நிமிர்வதைக் காட்டிலும் என்ன நடக்கும் என்பதை முகத்தைப் பார்த்து நிலைமையைச் சந்திப்பது சுலபமா என்பதைப்போல் தெரிந்தது.

ஒருவொருவராய்க் காலைக் கடன்களை முடித்துக் கொண்டு, வரிசையில் உட்கார்ந்திருந்தோம். உடைகளை எல்லாம் களைந்து கையில் வைத்துக் கொண்டிருந்தோம். குற்றப்பிரிவு ஏட்டு வந்தார். இவனுகளையெல்லாம் வச்சுக்கிட்டு என்னய்யா பண்றது என்கிற மாதிரி பேசினார்.

அவர் சுட்டிக் காட்டிப் பேசியது எங்களுக்கு முன்னரே அங்கிருந்த நால்வரைப் பற்றித் தான். ஒருவனைப் பிடித்து நாற்பது நாட்களும், இன்னொருவனைப் பிடித்து இருபத்தியேழு நாட்களும், பத்து நாட்களுக்கும் மேலாக இருவருக்குமாய் ஆகியிருந்தது. இதில் நாற்பது நாட்களுக்குப் பக்கமாய் ஆகியிருந்தவன் படுமோசமாக இளைத்திருந்தான். முதலில் பதினைந்து இருபது நாட்கள் சரியான அடி விழுந்திருக்கிறது. எப்பொழுதோ பழைய கேஸ் ஒன்று அவன் மேல் இருந்திருக்கிறது. இப்பொழுது அந்தப் பகுதியில் காணாமல் போன நகைகளைப் பற்றி விசாரணை நடக்கிறது. மிகவும் பலவீனமான அவன் எங்களிடம் அன்பாய் நடந்து கொண்டான். எங்களைப் பார்க்கும்போது அவனுக்கு பாவமாய் தோன்றியிருக்கிறது. இன்னொருவன் அடிக்கடி எங்களை விரட்டுவது போலவும் விரும்பாதவனாகவும் நடந்து கொண்டான்.

ரவி தன்னுடைய உருட்டல் மிரட்டலான பேச்சுகளால் அவனைக் கட்டுப்படுத்தினான். நாங்கள் தயாரானதும், 'உள்ளே போங்கடா, போய் உட்காருங்க! இன்ஸ்பெக்டர் வந்ததும் சொல்லுவார் போங்க' என்றார் ஹெட் கான்ஸ்டபிள். வரிசையாக நடந்து கதவருகில் நிற்கும்போது கையில் தடியோடு வந்த ஒருவர், "காலை மாமூல் வாங்கிட்டுப் போங்கடா! அப்பத்தான் ஒழுங்காக இருப்பீங்க' என்றபடி ஒவ்வொருவரையும் முதுகிலும் காலிலுமாக அடித்தார்.

அடிக்குத் தப்பிக்க முயற்சி செய்பவர்களுக்கு அடி பலமாகவோ அல்லது தொடர்ந்து அல்லது அவருக்குத் திருப்தி ஏற்படும் வரையிலோ அடித்தார் எனத் தெரிந்தது. மொய்தீன் ரொம்ப புத்திசாலித்தனமாக முயற்சி செய்வதாய் நினைத்து உடலை வளைத்து தப்பிக்க முயற்சி செய்து இரண்டடி வாங்கிக் கொண்டான்.

நெல்சன் ஒரு அடியோடு உள்ளே ஓடிவிட்டான். ரவி பக்கவாட்டில் திரும்பியபடி கைகளை நீட்ட வாத்தியார் ஸ்டைலில் முறையான ஒரு அடியோடு ஓடி விட்டான். பயந்தோ அமைதியிலோ அவரையே பார்த்தபடி ஒரு அடிக்காக காத்து நின்று உட்காரும் இடத்தில் ஒரு அடி வாங்கிக் கொண்டு ஷ்... என்றபடி உள்ளே ஓடி விட்டேன். ஏதோ என்னை மெல்லமாய் அடித்ததாய்த் தோன்றியது. கதவு சாத்தப்பட்டது. வட்டச் சந்து வழியாக முகம் தெரிந்து மறையும் வரை ரொம்பவும் வலிக்காதது போல் பாவனை செய்துவிட்டு முகம் மறைந்ததும் ஒவ்வொருவனுக்கும் அடி எப்படி விழுந்தது என்பதைப் பேசிச் சிரித்தோம்.

மொய்தீன் முகம் சிறுத்துப்போய் மெல்ல முனகியபடி யார் யாரையோ திட்டிக் கொண்டிருந்தான். நால்வருக்கும் பொதுவாகவே பசிக் களைப்பு ஏற்பட்டிருந்தது. அதன் சோர்வு ஏற்படாமல் இந்த அடி உஷார்படுத்தியது போல் பேசிக் கொண்டிருந்தோம்.

யாரோ என் பெயரை உச்சரிப்பது கேட்டது. தொடர்ந்து சன்னலில் எங்கள் கடை முதலாளி மணி முகம் தெரிந்தது. ஏதோ பயந்திருக்கிறார். ஆனால் அதைக் காட்டிக் கொள்ளாமல் "என்னடா? எல்லோருமாச் சேர்ந்து என்ன செய்தீர்கள்? ஸ்டேஷன்ல என்னென்னமோ சொல்றாங்க. நேத்தைக்கு முழுவதும் பார்க்கிறதுக்கு விடமாட்டேனுட்டானுக. எங்கேயோ ஷட்டர் உடைத்து டேப் ரிக்கார்டர், வாட்ச் எல்லாம் திருடிட்டிங்களாம். எங்களை மிரட்டறானுக. இப்ப இன்ஸ்பெக்டர் இல்லாததினால் பார்க்கிறதுக்கு விட்டானுக. என்ன செய்யறது?' என்றார்.

அவர் சொன்னதே அவரால் ஒன்றும் செய்ய முடியாது என்பதைப் போலவும் இருந்தது. நான்கு பேரும் சன்னலில் நெருக்கிக் கொண்டு, அப்படியெல்லாம் எதுவுமில்லை. ஏன் உங்களுக்குத் தெரியாதா? என்ற வகையில் பேசினோம். சையத்

கரீம் கொஞ்சம் முயற்சி செய்தாராம். ஆனால் ஒன்றும் எடுபடவில்லையாம். அதுவும் அவருக்குப் பழக்கமான ஏரியா லாலாபேட்டை ஸ்டேஷனாம். இங்கு அவ்வளவாகப் பழக்கமில்லையாம். முயற்சி செய்கிறேனென்று சொன்னாராம். குற்றப்பிரிவு என்பதால் போய் அதிகாரிகளைப் பார்த்துப் பேசக் கூசுகிறதாம். இவர் மத்தியான சாப்பாட்டிற்கு ஒரு போலீசிடம் பணம் கொடுத்திருக்கிறாராம். மறுபடி பார்க்க வருவதாகக் கூறினார். அவர் மனம் சஞ்சலப்படுவதையும் அவர் பொய் பேசுகிறார் என்பது போலவும் தெரிந்தது. அதற்குப் பின் அவரை சிறையிலிருந்து வெளிவந்த பிறகு சரியாக ஏழு மாதங்களுக்குப் பிறகு தான் பார்த்தேன். ரவியும் மொய்தீனும், "இனி இவன் வரமாட்டான் குமார். இன்ஸ்பெக்டரிடம் கெஞ்சிப் பார்த்து விடலாம்' என்றனர்.

அன்று மதிய உணவுப் பொட்டலம் வந்தது. ஒரு ரூபாய் ஐம்பது பைசாவாம். லாக்கப்பில் உள்ளவர்களுக்காகவே அருகாமையில் எங்கேயோ சொல்லி தயார் செய்கிறார்களாம். உணவுப் பொட்டலம் வந்ததும் தான் எல்லோருடைய பசியும் பளிச்செனத் தெரிந்தது. அவசர அவசரமாய்ப் பிரித்து அள்ளித் தின்னத் தொடங்கியதும், முன்தினம் முழுவதும் உணவில்லாததும் போதுமான குடிநீர் இல்லாததும் சாப்பாட்டிற்குத் தேவையான சாம்பார் இல்லாததுமாகச் சேர்ந்து தொண்டையில் அடைத்துக் கொண்டது. வயிறும் ஏற்றுக் கொள்ள மறுப்பது தெரிந்தது. எப்படியோ இருந்த குழம்பை வைத்து பாதி சாப்பாட்டை சாப்பிட்டுவிட்டு மீதியைய் சாப்பிட ஆசையிருந்தும் வெறும் சாப்பாட்டைச் சாப்பிட முடியாமல் வைத்துக் கொண்டு விழித்தோம். லாக்கப் நண்பர்கள் கூறினர்,'சாப்பிட்டு விடுங்கள், இனி நாளைக்கு மதியம் தான் கிடைக்கும். சாப்பாட்டை மீதி வைத்து விட்டால் பட்டினி கிடந்து செத்து விடுவாய்' என்றார்கள்.

ரவி மெல்ல சாப்பிட்டுக் கொண்டிருந்தான். அவன் உணவில் மிகவும் ஒழுங்கு பார்ப்பவன். அதனால் முகத்தை சோகமாக வைத்துக் கொண்டு விழுங்கிக் கொண்டிருந்தான். மொய்தீன் கன்னம் உப்பும் அளவிற்கு வாயில் அடைத்துக் கொண்டு முழித்துக் கொண்டிருந்தான். நெல்சன் பரந்து பரந்து தின்று கொண்டிருந்தான். நான் கொஞ்சம் கொஞ் சமாக மென்று விழுங்கப் பார்த்தேன்., சாப்பிட வேண்டும் என்ற மனமிருந்தாலும் உப்பு கூட இல்லாத சாப்பாடு

குமட்டலெடுத்தது. குடிக்க நீரும் இல்லை, அசிங்கமாய் வாந்தி எடுக்க விருப்பமுமின்றி பொட்டலத்தை மடித்து எடுத்து மூலையில் வைத்தேன்.

'சார், சார், குடிக்கத் தண்ணீ வேண்டும்' என்று வாயிலடைத்த சாப்பாடு வெளியில் தெரியும் வகையில் கத்தினான் அனுபவஸ்தன்.

'சாப்பாடு கொடுத்தவனுக்குத் தண்ணீர் உள்ளே கொடுக்கணும்னு தெரியலையா? என்று வெளியிலிருந்து குரல் கேட்டு ஆச்சர்யப்பட்டேன். 'மவனுக தண்ணியில்லாம செத்துத் தொலைஞ்சானுங்கன்னா எவன் பதில் சொல்றது' என்ற வார்த்தையைக் கேட்டு அமைதியானேன்.

'பிடிடா செம்பை' என்றபடி பலகை சந்து வழியாக கறுத்த கையும் அழுக்கடைந்த பித்தளைச் செம்பும் தெரிந்தது. ஐந்தாறு கைகள் செம்பைப் பிடிக்கப் போய் கொஞ்சம் நீரைச் சிந்தினார்கள்.

ரவி எழுந்து 'எல்லோரும் கொஞ்சம் கொஞ்சம் குடிக்கலாம்'னு செம்பைப் பிடித்துக் கொண்டு சொன்னது அனுபவஸ்தர்களுக்குப் பிடிக்கவில்லை. முறைத்தபடி ஏற்றுக் கொண்டார்கள்.

முதலில் ரவியும் பிறகு நானும் குடித்துவிட்டு நெல்சனுக்கா அல்லது மொய்தீனுக்கா என்று திணறும்போது மொய்தீன் நெல்சனை முறைத்தபடி வாங்கிக் கொண்டு மெல்ல மெல்லக் குடித்தான். அவன் நீரை ரசித்தான் என்பதை விட காலதாமதம் செய்து நெல்சனுக்கு எரிச்சலூட்டுவதாய் உணர்ந்தேன்.

எங்களை கடை ஓனர் மணி பணம் கொடுத்ததாய்ச் சொல்லி ஒரு கட்டு பீடியும் தீப்பெட்டியும் கொடுத்தார் ஒரு போலீஸ்காரர். ரவி மொய்தீனை ஜாடையாய்ப் பார்க்க, மொய்தீன் எழுந்து வாங்கிக் கொண்டான். பீடியையும் தீப்பெட்டியையும் ரவியிடம் கொடுக்கும் முன்பே மிக நிதானமாக ஒரு பீடியை எடுத்தான். ரவி கண் ஜாடை காட்டியதும் எழுந்து மொய்தீன் அப்படி எழுந்ததற்காய் அவமானப்பட்டதாய்த் தெரிந்தது. மெல்ல ரவியிடமே கொடுக்கும் அவகாசத்தில் தனது உரிமையை மற்றவர்களுக்குக் காட்டும் வகையிலும், ரவி திட்டுவானோ

என்ற எதிர்பார்ப்புடனும் தயக்கத்துடனும் அவன் மெல்ல பீடியை எடுத்தான் என எனக்குத் தோன்றியது.

ரவிக்கும் இது தெரிந்து விட்டது போல 'ஏன், இல்லாவிட்டால் நான் உனக்குத் தரமாட்டேனா?' என்று மெல்லக் கேட்டுவிட்டு, அப்பால் திரும்பி பீடியை எடுத்துப் பற்ற வைத்தான்.

மொய்தீனும் பற்ற வைப்பதற்காக தீக்குச்சி எடுக்கப் போகும்போது, 'இரு, இந்தா, இந்த பீடி நெருப்பிலேயே பற்ற வை. இது உன் வீடல்ல, தீக்குச்சி அடிக்கடி கிடைக்காது' என்றான் எரிச்சலுடன். மற்றவர்களுக்கும் ஒவ்வொரு பீடியைக் கொடுத்தான். 'குடி குரு, இருக்கும்போது நான் தர்றேன். இல்லாதபோது நீங்க எனக்குத் தர்றீங்க' என்று தாராளமாய்க் கூறியபடி ஒவ்வொரு பீடி கொடுத்தான். ஒரு பீடியை நெல்சனிடம் வீசினான். கேவலப்படுத்துப் பார்வையுடன். அவனும் எதிர்பார்த்தபடியே இருந்ததால், தலையைக் குனிந்தபடி எடுத்துக் கொண்டு மொய்தீனிடம் நெருப்பு வாங்கிக் கொண்டான். எனக்கு பீடி சிகரெட் பழக்கமில்லை. ரவிக்குத் தெரியுமாதலால் அமைதியாக அமர்ந்திருந்தேன்.

இரண்டு நாள் பட்டினிக்குப் பின் அரை வயிறு சாப்பிட்டதும், இரவு சரியாகத் தூக்கமின்மையினாலும் மெல்லத் தூங்கி விட்டேன். இரவு எத்தனை மணிக்கோ எழுந்து கால்களையும் உடல்களையும் உதைத்தபடி நடந்து மூலைக்குச் சென்று மூத்திரம் பெய்து விட்டு மறுபடியும் படுத்துக் கொண்டேன்.

மு.சந்திரகுமார்

6

நன்றாக வெளிச்சம் அறைக்குள் பரவியதும் தான் எழுந்தேன். ரவி ஏற்கெனவே எழுந்து ஜன்னல் திண்டின் மேல் அமர்ந்திருந்தான். மொய்தீன் அவனுக்குப் பின்னால் நின்று தன் முகம் வெளியில் தெரியாதபடி வேடிக்கை பார்த்துக் கொண்டிருந்தான். நெல்சன் எனக்குப் பக்கத்தில் முழங்கால்களுக்கருகில் தாடையை ஊன்றிக் கொண்டு என்னைப் பார்த்தான். பரட்டைத் தலையும் அழுக்குப் படிந்த முகமும் நிறம் மாறிப் போன பனியனுமாய், தெருவோரத்துப் பிச்சைக் காரனைப் போல் இருந்தான். நான் ஒரு சிவப்பு உள்டிராயரும் பனியனுமாய் இருந்தேன். ஆனாலும் நான் ஒன்றும் அவ்வளவு அழுக்குப் படவில்லையெனத் தெரிந்தது.

எத்தனை மணிக்கோ எங்களை காலைக் கடன்களை முடிக்கச் சொல்லி கதவு திறந்தது. பயந்தபடியே வெளியே வந்தோம்.

பக்கத்துத் தொட்டியில் இருந்த நீரில் ரவி முகம் கழுவினான். என்னையும் பார்வையாலேயே அழைத்தான். நானும்போய் வெறும் கைகளாலேயே அழுத்தமாய்ப் பற்களைத் தேய்த்துக் கழுவிவிட்டு முகம் கழுவினேன். மற்றவர்கள் யாரும் முகம் கழுவவில்லை. காலை மாமூல்களுடன் திரும்ப உள்ளே சென்றோம்.

ரவி மட்டும் உள்ளுக்குள் வந்ததும், கதவைப் பூட்டிக் கொண்டிருந்தவனிடம்,

'எங்களை என்னங்க பண்ணப் போறீங்க.? அனுப்பி வையுங்க' என்றான். அவர், "இன்ஸ்பெக்டர் வந்ததும் விசாரிப்பார். அப்பக் கேளு'ன்னு சொல்லி விட்டுப் போய்விட்டார். பூட்டு மட்டும் கொஞ்ச நேரம் ஊசலாடிய சத்தம் கேட்டது.

ரவி வாய்க்கு வந்த படி திட்டினான். யாரையென்று தெரியவில்லை. இன்ஸ்பெக்டர் விசாரிக்கிறார் என்ற வார்த்தை அவனை உலுக்கியிருக்கும் என நினைக்கிறேன். என்னிடம் திரும்பி, "இன்ஸ்பெக்டர் கூப்பிடும்போது நாம் கேட்கலாம். சார் நாங்க ஒரு தப்பும் பண்ணலை, எங்களை விட்டுடுங்க சார், நாங்க ஊரை விட்டே ஓடிப் போய்விடுகிறோம்'னு கேட்கலாம்' என்றான். 'சரி' என்றேன்.

தன்னைத் தானே தைரியப்படுத்திக் கொள்கிறான் எனப் புரிந்தது. உள்ளிருந்தவர்களைப் பார்க்க வந்தவர்களை வேடிக்கை பார்த்தோம், அவர்களும் பார்க்க வந்தவர்களை விட்டுவிட்டு எங்களைப் பற்றி விசாரித்தனர். மொய்தீன் எழுந்து போய் தன்னிலை விளக்கம் கொடுத்துக் கொண்டிருந்தான். அவர்களும் பாவம் அப்பாவிகள் என்று இரக்கப்படும் அளவிற்கு ஏதேதோ சொல்லிக் கொண்டிருந்தான். அவர்களது உறவினர்களுக்கு வாங்கிக் கொடுத்திருந்த பீடியில் சலிப்புடனே கேட்டு வாங்கிப் பற்ற வைத்துக் கொண்டு சோகமாக அவர்களைப் பார்த்துக் கொண்டிருந்து விட்டு சலித்துத் திரும்பி என்னைப் பார்த்துக் கண்களைச் சிமிட்டி மெல்லச் சிரித்துக் கொண்டே பக்கத்தில் வந்து அமர்ந்து சோகமானான்.

இன்ஸ்பெக்டர் வந்து விசாரிப்பது எப்படியிருக்குமோ என்பதையே யோசித்தபடி ரவி கோபமும் அதிருப்தியுமாய் வாயிற்குள் திட்டிக் கொண்டிருந்தான். திடீரென்று நெல்சனைப் பாத்து நாக்கைக் கடித்துக் கொண்டு கையை ஓங்கினான். நெல்சன் மிரட்சியுடன் எனக்குப் பின்னால் ஒதுங்கினான். மொய்தீன், "ரவி, இப்ப விடு. வெளியே போய்ப் பேசிக் கொள்ளலாம்' என்றான் ஏதோ பெரிய வஞ்சகத் திட்டம் ஒன்று வைத்திருப்பவன் போன்ற பார்வையுடன் விசாரணையை நினைத்தே ரவிக்குப் பயம் வந்து விட்டது எனத் தெரிந்தது. அது தான் கோபமாய் உருவெடுத்திருக்கிறது.

அமைதியும் இறுக்கமுமாய் மதியம் கடந்து இரண்டு மணிக்கு காக்கி சட்டை போட்டபடி தாடியும் மீசையும் தலையும் நரைத்து எழுபது வயது இருக்கும் முதிர்ந்த கிழவன்,

சாப்பாட்டுப் பொட்டலங்கள் கொண்டு வந்து கொடுத்தான். ஒவ்வொரு பொட்டலமாய் சந்து வழியாக்க் கொடுப்பதற்குள் எல்லோருமே அவசரமாய்ப் பிடுங்கிக் கொள்ளத் தலைப்பட்டார்கள். சிலர் கிழவனைப் பாராட்டினார்கள். பழைய ஆள் கிழவனை நலம் விசாரித்தான். பழைய கைதியாம், வேறு தொழில் ஏதும் தெரியாது. கடைசி காலத்தில் ஆள் காட்டியாகவும் எடுபிடியாகவும் கடந்த பத்து ஆண்டுகளுக்கும் மேலாக ஸ்டேஷனில் தான் இருக்கிறானாம். இரண்டு மூன்று நாட்களாய் ஊருக்குப் போயிருந்தானாம். அவனைக் கண்டு யாரும் மிரண்டு போய்விடவில்லை என்றாலும், அவன் பயனில்லாத வெட்டி மிரட்டல் மிரட்டிக் கொண்டிருந்தான்.

இரண்டு நாள் பசி, சாப்பாடும் பற்றாக்குறையான குழம்பு இவையெல்லாம் பழகிப் போய் இனி மறுநாள் மதியம் வரை இந்த உணவு தாக்குப்பிடிக்க வேண்டும் என்று கணக்குப் போட்டு இருந்த குழம்பிற்கு சாப்பாடு முழுவதையும் பிசைந்து கொண்டு மெல்லமெல்ல சாப்பிட்டு முடித்து விட்டோம். சாப்பாடும் மிச்சமாகவில்லை, மறுநாள் வரைக்கும்போதும் என்ற எண்ணம் கூடத் தோன்றியது. எங்களுக்கு இதைப் பழைய ஆட்கள் தான் கற்றுக் கொடுத்தார்கள். சாப்பாட்டை வேஸ்ட் பண்ணுபவனை 'நாளைக்கு மத்தியானம் வரைக்கும் நீ மயங்கியே விழுந்து விட்டாலும் சோறு கிடைக்காது. அவனுக அடிக்கிற அடிக்கு பசி மயக்கமும் சேர்ந்து செத்தே போயிடுவீங்க. முழுவதையும் வேஸ்ட் பண்ணாம சாப்பிடுங்க' என்று தான் அனுபவித்த உண்மைகளை எங்களுக்கு பொறுமையாகவும் அக்கறையோடும் ஆழ்ந்த அனுதாபத்தோடும் கூறினான். அதற்குள் நாங்களும் இரண்டு நாள் அனுபவித்து விட்டோமாதலால், அவன் சொன்னதை வேதவாக்காய் நினைத்து வெறும் சாதத்தையே வயிறு முட்டத் தின்று விட்டோம்.

நாங்கள் பேசிக் கொண்டோம். கைதிகளுக்கென்று மலிவான விலைக்கு (1.50) சோறுபோடலாம்னு எவனுக்கு எப்படித் தோன்றியிருக்குமென்று பேசிக் கொண்டோம். போலீஸ்காரன் அவ்வளவு தான் கொடுப்பேன் என்று சொல்லியிருப்பான். அவன் அதற்கேற்றாற் போல் கட்டிக் கொடுத்து அனுப்பியிருப்பான் என்றான் ரவி.

அடிக்கடி அந்தக் கிழவனை எதையாவது கேட்டு நச்சரித்து திட்டு வாங்கிக் கொண்டு சிரித்தார்கள். மற்றவர்கள்

கிழவனுக்கு வேலை சொல்லும்போது இயல்பாகத் தெரிந்த எனக்கு, மொய்தீன் சொல்வது மட்டும் மிகையாகவும், அதற்கு கிழவனது ஆத்திரமும் பதிலும் கூட அதிகமாகவும் பட்டது.

அன்று இரவு எத்தனை மணியோ தெரியவில்லை. கதவு படபடவென்று திறப்பதும், வெளியே யாருக்கோ அடி விழுவதும் 'அய்யோ! அம்மா!' என்று யாரோ நாகரீகமாக கூக்குரலிடுவதும் கேட்டு பதைபதைப்புடன் எழுந்தோம்.

திறந்த கதவு வழியாக கொஞ்சம் ஒல்லியாகத் தெரிந்த ஒருவனை உதைத்துத் தள்ளினார்கள். 'அய்யோ' என்றபடி உள்ளே வந்தவன் இருளில் படுத்திருந்தவர்கள் மீது கால் இடறி விழுந்தான். மிரண்டவர்கள் கைகால்களைக் குறுக்கிக் கொண்டுவிட, கோபப்பட்டவர்கள் காற்றில் காலை விசித்து விசித்து உதைத்தனர். அவன் உள்ளேயும் 'அய்யோ, அம்மா' என்றான். வெளியிலிருந்து உறுமல் சத்தம் கேட்டது. அப்படியே எல்லோரும் அமைதியாயினர். தூக்கம் பிடிக்க எனக்கு வெகு நேரமானது.

7

காலை எட்டோ ஏழோ இருக்கும் காலைக் கடன்களுக்கு எல்லோரும் அவசரப்பட்டனர். சிறை அறையின் உள்ளேயே மூத்திரம் பெய்யும் மூலையில் யாரோ மலம் கழித்திருந்தனர். நாற்றம் பிடுங்கியது. எல்லோருமே கண்டபடி திட்டிக்கொண்டிருந்தார்கள். நானும்கூட மெல்லமாகத் திட்டினேன்.

ஒவ்வொருவராக அவர்கள் அறியாமல் அவர்களது முகத்தைப் பார்த்துக் கொண்டிருந்தேன். எவன் பாசாங்கிற்காகத் திட்டுகிறான் எனத் தெரிந்து கொள்வதற்கு கொஞ்ச நேரம் எல்லாருக்குமே எல்லார் மீதுமே சந்தேகம் ஏற்பட்டதைப் போல் திட்டிக் கொண்டிருந்தனர்.

புதியவன் மட்டும், "என்ன செய்வது? இங்கு எல்லோருக்கும் கஷ்டம்தான்" என்று எல்லோருக்காகவும் விசனப்பட்டு, பேச்சை நிறுத்தும்படி கூறினான். உறுதியாக அவனாகத் தானிருக்கும் என முடிவு செய்தேன். அவனையே உறுத்துப் பார்த்தேன். அவன் எனது பார்வையிலிருந்து தப்பிக்க முயற்சி செய்து திரும்பத் திரும்ப என்னையே பார்த்தான். வேகமாக முகத்தை உதறிக் கொண்டு என்னிடமே, 'பீடி இருக்கிறதா குரு?' என்றான்.

அமைதியாக இல்லையெனத் தலை யாட்டி விட்டுத் திரும்பிக் கொண்டேன்.

அவன் விஷயத்தை ஒப்புக் கொண்டான் என முடிவு செய்தேன். பழைய

பிக்பாக்கெட்டாம், அவனது தாய் தந்தையர் தமிழர்கள். ஆனால் இவனுக்கு சுத்தமாகத் தமிழ் தெரியவில்லை. அவனை போலீஸார் 'டேய் டிஸ்கோகா' என்று தான் கூப்பிட்டார்கள். அதற்கு ஏற்றாற்போல் பட்டைப் போல் மின்னும் பொன் மஞ்சள் நிற முழு நீளக்கை சட்டையணிந்திருந்தான். அவன் மிரட்சியிலோ, ஆச்சரியத்துடனோ பார்க்கும்போது அவனது வாய் மீன் வாய் போல இருந்தது. ரவி ஏதோ கெட்ட பெயரைச் சொல்லித் திட்டினான்.

புதியவன் ரொம்பவும் சளசளத்தான். போன, வந்த எல்லா போலீசிடமும் பேசினான். கெஞ்சினான். அவங்கம்மா வந்திருப்பதாக போலீஸ்காரர்களில் ஒருவர் சொன்னார். இன்ஸ்பெக்டர் பார்க்க அனுமதிக்கவில்லையாம்.

கிழவனிடம் உள்ளே மலம் கழிக்கப்பட்ட விஷயத்தை சொன்னார்கள். கண்டபடி திட்டினான். தன் காலத்தில் தான் ஒருபோதும் இப்படிச் செய்ததில்லை என்றான். எங்கு போய் என்ன சொன்னானோ தெரியாது. ஒரு போலீசார் வந்தார். கதவைத் திறந்து எல்லோரையும் காலைக் கடன்களைக் கழிப்பதற்காக வெளியே அழைத்தார். எல்லோரும் வெளியே வந்ததும், 'ஏண்டா நாய்களா, நீங்க இருக்கிற இடம் தானே அது? சுத்தமா வைத்துக் கொள்ள வேணும் என்று உங்களுக்குத் தோணலை, நாய்களா?' என்றபடி லாட்டியை எடுத்து கண்டபடி விளாசினார். வெளி வராண்டாவிற்கு வந்து விட்டோமாகையால் அடிக்குத் தப்பித்து அங்குமிங்கும் குதித்தபடி எல்லோரும் ஓடினோம். அடி தாறுமாறாக எந்தக் கணக்கும் இன்றி தலையிலம் கை, கால் என நினைத்த இடத்திலெல்லாம் விழுந்தது. அதிலும் ஒன்று எனக்குத் தெரிந்தது. அடி சரியாகப் படவில்லை என நினைத்தால் தான் இரண்டாவது மூன்றாவது அடி விழுந்தது. அதிலும் ஒரேயொரு அடியும் அவர் திருப்திப்படும் வகையில் விழுந்திருந்தால் அவர் அடுத்த ஆளை தேடிப் போகிறார் எனத் தெரிந்தது.

அவர் இரண்டாவது சுற்று என்னிடம் வரும்போது ஓடாமல் நின்றுவிட்டேன். முழங்காலுக்கும் கீழ் கணுக்காலின் பக்கத் தசைகளில் மோதி பளீரென்றது ஷ்.. ஷ்... என்றபடி அப்படியே நின்றேன். ஓங்கியபடி என்னைப் பார்த்துக் கொண்டே பக்கவாட்டில் விசிறினார். சிலர் லாக்கப்பிற்குள்

ஓடிக் கதவைச் சாத்திக் கொண்டனர். உட்பக்கம் தாளெல்லாம் கிடையாது.

ஓடிக் களைத்த அவர் மூச்சிரைக்க கம்பைக் கீழே விட்டெறிந்தபடி, 'போங்கடா, போய் முகமெல்லாம் கழுவிக் கொண்டு வாங்கடா' என்றார். 'இன்ஸ்பெக்டர் வர்ற நேரமாச்சு. இன்னைக்கு உங்களை விசாரிக்கிறார்' என்றார்.

யாரோ ஒருவன் லாக்கப் ரூமைக் கூட்டி விட்டு தண்ணீர் ஊற்றிக் கொண்டிருந்தான். ஸ்டேஷன் காம்பவுண்டிற்குள் ஒரு மணிநேரம் மரத்தடியில் நின்று கொண்டு இருந்தோம்.

இன்ஸ்பெக்டர் வந்தார். எல்லோரையும் பார்த்தபடி நின்றார். யாருக்கும் முகம் பார்க்கும் தைரியம் இல்லை, குனிந்தபடி நின்றார்கள். குனிந்து நிற்பதும் பாசாங்கு என்பதால் குனிவதும் நிமிர்ந்து பார்ப்பதுமாய் நின்றேன். உள்ளுக்குள் நடுங்கியபடியேதான் நின்றேன்.

என்னைக் கூப்பிட்டார். எனத் தோன்றியது. ஏதோ கேட்டார் 'தெலுங்கு தெரியாது' என்று தெலுங்கில் கூறினேன். 'இல்லையே, இப்ப தெலுங்கில் தானே பேசறே?' என்றார். தெலுங்கு தெரியாது என்றேன். ரவியும் அவனுக்கு தெலுங்கு தெரியாது என்றான். 'இவனுக நாலு பேரையும் உள் அறைக்கு அழைத்து வா' என்றார்.

நால்வரும் வரிசையாய்ப் போனோம். தன்னுடைய நீளமான லாட்டியை எடுத்து வரச் சொன்னார். 'மரியாதையாச் சொல்லிடுங்க. இல்லை, எப்படி உண்மையை வரவழைக்கிறதுன்னு எனக்குத் தெரியும்' என்றார்.

அவருடன் இரண்டு மூன்று போலீசார் சேர்ந்து நின்றார்கள். அதிகபட்சம் இன்ஸ்பெக்டர் என்ன நினைக்கிறாரோ, அதை அவர்கள் செய்தனர்.

'டேய் நெல்சன், இங்கே வாடா' என்றார். நடுங்கியபடி கைகட்டிக் கொண்டு நின்றான்.

'சொல்லு, அன்னைக்கு சொன்னதையெல்லாம் இன்னைக்கும் சொல்லு' என்றார்.

அவன் 'நாங்க எந்தத் தப்பும் செய்யவில்லை சார்.' என்றான்.

சடசடவென அடி தாறுமாறாய் விழுந்தது. 'அய்யோ அம்மா' என்ற கூக்குரல் என் நெஞ்சுக் கூடுகளில் அதிர்வதை உணர்ந்தேன். அங்கும் இங்கும் ஓட நினைத்தவனை போலீசார் முடியைப் பிடித்து இழுத்துக் கீழே தள்ளி உட்கார வைத்தனர். கால்களை நீட்டி வைத்து, அவனது முதுகு சுவற்றில் படும்படியாக உட்கார வைத்து அடிவயிற்றை ஒட்டி தொடையின் மேல் கால்களை வைத்து மிதித்தான் ஒருவன். மற்றவன் அவனது பாதங்கள் இரண்டையும் ஒன்று சேர்த்து வைத்து அடிப்பதற்கு வாகாக திரும்பி நின்று விளாசினான். குறைந்தது இருபது அடிக்கும் மேலாக இருக்கும், தொடர்ந்த கதறல், திரும்பத் திரும்ப 'சொல்லு, சொல்லு, சொல்லு' மாற்றி மாற்றித் தொடர்ந்தது.

'சார், சார், எங்களுக்கு எதுவும் தெரியாது சார்.' என்றோம்.

ரவியை இன்ஸ்பெக்டர் கூப்பிட்டு, 'மரியாதையாச் சொல்லிடுங்க' என்றபடி ஏதோ சொன்னார். ரவி மறுத்துக் கொண்டிருந்தான். ரவியின் உடலிலும் முதுகிலும் பழுத்தது.

'சொல்லு, சொல்லு'.

எதையச் சொல்லச் சொல்றாங்கன்னு தெரியாது, எதையச் சொல்றது? அரைமணி நேரமோ, ஒரு மணி நேரமோ போனது. ஆங்காங்கு ஏறத்தாழ எல்லோருக்குமே வீங்கி விட்டது.

நெல்சனும், மொய்தீனும் கத்தித் தீர்த்தனர். ரவியுங்கூட அழுதான். அவனது மனோநிலைக்கு அதுவுங்கூட ஒரு தப்பிக்கும் முறையோ எனத்தான் தெரிந்தது. எனக்கு அவ்வப்பொழுது ஆங்காங்கு ஒவ்வொன்று கிடைத்தது. அவர்களையெல்லாம் விட எனக்குத்தான் குறைவு.

போலீஸ்காரங்க எவ்வளவு கெட்டவங்களாக இருக்கிறாங்கிறதை உறுதி செய்வது போல், மகா மோசமான வார்த்தைகள், ஓயாது கெட்ட வார்த்தைகள் போலீசும் சரி, அதிகாரிகளும் சரி, ஒருவரையொருவர் மிஞ்சினார்கள்.

இன்ஸ்பெக்டர் எழுந்தார், 'எனக்கு டைம் ஆயிடுச்சு, இவனுகளை உள்ள போடு. நான் மறுபடியும் வந்து கவனிச்சுக்கறேன்'னார்.

நெல்சனுக்கு கால் வீங்கியிருந்தது. உடம்பெல்லாம் தாரை தாரையாக இருந்தது. எனக்கு கால்களில் மட்டும் அதிகம்

தாரைகள். கைகள் லேசாகப் பழுத்துப் போன மாதிரி இருந்தது. லாக்கப்பிற்குள் தள்ளும் வரையிலும் அங்கொன்றும் இங்கொன்றும் அடி விழுந்தது.

உள்ளே தள்ளும்போது ஒரு போலீஸ்காரர் சொன்னார், 'டேய், எதையாவது ஒத்துக்கோங்கடா, இல்லைன்னா அந்த ஆள் வந்து கொன்னு போட்டுடுவார்.' அதையும் மெல்லமாகச் சொன்னார். ஏதோ இவ்வளவு நேரம் நடந்தது எல்லாம் இவருக்கு விருப்பமில்லாதது போல இருந்தது. அதே சமயம் எதையோ ஒத்துக் கொள்ளும்படி குறிப்பாக வலியுறுத்துவது போலத் தெரிந்தது.

கதவைத் தாண்டி உள்ளுக்குள் போனதும் ஒவ்வொருவரும் ஒவ்வொரு மூலைக்குள் முடங்கினோம். உள்ளிருந்தவர்கள் ஆறுதல் சொன்னார்கள். மருத்துவம் சொன்னார்கள். கை,கால் எல்லாம் நல்லாத் தேய்ச்சு விடு. வலியானாலும் பரவாயில்லை. இல்லைன்னா எல்லாம் இரத்தம் கட்டிக்கும், சீழ்பிடிக்கும். அது இப்பவெல்லாம் பிடிக்காது. கொஞ்ச நாளாகும். அதனால தேய்ச்சு விடுன்னு சொன்னார்கள். நான் என் கைகள் இரண்டையும் சூடு பறக்கத் தேய்த்துக் கொண்டேன். அடிபட்ட இடங்களில் தேய்க்கும் பொழுதெல்லாம் மீண்டும் அடி விழுவதைப் போல் இருந்தது.

ஆர்வத்தில் ஒருவன் மொய்தீன் கையைத் தேய்த்து விட்டான். 'அய்யோ' என்று அவன் வாயைத் திறந்து கத்தினான். ரவி சுதாரித்துக் கொண்டு எழுந்து அவனை அவனது வாயின் மேல் அடிக்கக் கையை ஓங்கினான்.

நெல்சன் விசித்து விசித்து அழுது கொண்டிருந்தான். ஏறத்தாழ அவனுக்கு ஒரு வார காலமாக அடி வாங்கிப் பழக்கமாகி விட்டிருந்தது.

மெல்லமாக ரவி என்னைப் பார்த்தான். நீ தாங்கிக் கொண்டாயா என்று கேட்பதைப் போலிருந்தது. என்ன செய்வது என்பதைப் போல அவனைப் பார்த்தேன். மெல்ல எழுந்து வந்து பக்கத்தில் அமர்ந்து கொண்டான். 'என்ன, நீ அழுது விட்டாய்?' என்றேன். 'திருட்டு நாய்கள், நான் அழுதாலாவது விட்டு விடுவார்கள்னு நெனைச்சேன். அவனே தன் தாயைத் திட்டியபடி அந்த அடி விழுகுது. கண்ணுல தண்ணியே வர மாட்டேங்குது. கொஞ்சம் கஷ்டப்பட்டுத்தான் அழுதேன்' என்றான்.

மொய்தீனைப் பார்க்கும்போது அந்தத் துன்பத்திலும் சிரிப்பு வந்தது. அவன் முகம் அழுவதைப் போலிருந்தது. வாயைக் கோணிக் கொண்டு சிரித்தான்.

'நீ எதுக்கய்யா அந்தக் கத்து கத்தின? நீ கத்தற சத்தத்துல வெளியிலே போறவன் வர்றவன் எல்லாம் ஜன்னல் வழியாக எட்டிப் பார்க்கிறானுக. எனக்கென்னவோ. நீ போட்ட சத்தத்துல எரிச்சல் பட்டுத்தான் அவன் உன்னை அதிகமாக அடிச்சான் போலத் தோணுது' என்றேன்.

'போய்யா யோவ், அந்தக் கத்து கத்துலீன்னா இப்பவும் விட்டிருக்க மாட்டானுக' என்று போலீஸ் பரம்பரையையே திட்டினான். 'நீ எப்படியோ தெலுங்கு தெரியாது என்று சொல்லி தப்பித்துக் கொண்டாய். எங்களுக்குப் பாரு! என்று சொல்லி கைகள் இரண்டையும் காண்பித்தான். அதற்குள் அவனது கை இரண்டும் பாக்ஸர் கையைப் போல் வீங்கி விட்டது 'அய்யய்யோ!' என்றான்.

'நாங்க தொட்டா நீ ரொம்பவும் கத்துவே. அதனாலே நீயே உன் கைகள் இரண்டையும் சேர்த்து வைத்து அமுக்கிப் பிசைந்து விடு. இல்லைன்னா வீக்கம் குறையாது' என்றேன்.

என்ன செய்வது? என்ன செய்வது? இது ஒன்று தான் எங்களுக்குக் கேள்வியாய் இருந்தது. எதைச் செய்வது சரியாக இருக்கும்? நம்மளையெல்லாம் விடுவானுகளா, மாட்டானுகளா? ஒன்றும் புரியவில்லை.

'டிஸ்கோ' என்பவன் தான் கூறினான். 'அட எதுக்கு உதைபட்டுச் சாகறீங்க? எல்லாத்தையும் ஒத்துக்கிட்டு ஜெயிலுக்குப் போயிருங்க. அங்கே போனா கோர்ட்டுல பார்த்துக்க முடியும். ஜாமீன் எடுத்துக்கோங்க' என்றான்.

ரவிக்கும், மொய்தீனுக்கும் ஓரளவிற்குப் புரிந்தது. எனக்கோ, நெல்சனுக்கோ சினிமாவில் பார்த்த கோர்ட் தவிர வேறெதுவும் தெரியாது. ரவியிடம் கேட்டேன்.

ஒத்துக்கோங்கன்னு இவனும் சொல்றானே, எதைய ஒத்துக்கிறது? என்னன்னு ஒத்துக்கிறது? எதையாவது ஆமாங்கப் போக ஒண்ணு கிடக்க ஒண்ணு ஏடாகூடமாய்ப் போயிரப் போவுது. யோசிச்சு முடிவு பண்ணு. இவன் நெனைக்கிற மாதிரி நாம திருடனுக அல்லன்னு மொதல்ல

நிரூபிக்கணும். அதுக்கு என்ன வழியிருக்கிறது? என்றபடி எத்தனையோ கேள்விகள், கதவு தட்டப்படும் சப்தமோ அல்லது கதவருகில் நடந்து வருகிற சப்தமோ கேட்டால் மட்டும் எல்லோருடைய கவனமும் கதவைத் திறக்கிறார்களோ என்பதைப் போலிருக்கும்.

ஏறத்தாழ வெளியிலிருப்பதைக் காட்டிலும் இப்பொழுது லாக்கப் எங்களுக்குப் பாதுகாப்பானதாய் இருந்தது. லாக்கப் ரூமை விட்டு வெளியே போவதற்குத்தான் எல்லோருக்கும் பயம்.

மதிய உணவுக்குப் பின் எல்லோருமே ஆங்காங்கு தூங்கிப் போனோம். பகல் நேரத்திலேயே ஒவ்வொருத்தனுக்கும் திடுக்கிட்டுப் போகுமளவுக்கு கனவு வந்து அலைக்கழித்தது. வெளியிலிருந்து வரும் எந்தவொரு சப்தமும் மிரட்டியது. ஏறத்தாழ எல்லோருமே உருக்குலையத் தொடங்கி விட்டிருந்தோம்.

'டிஸ்கோ' அவனது சொந்தக் கதையைத் தொடர்ந்து பேசிக் கொண்டிருந்தான். அவன் அவ்வப் பொழுது பயந்த மாதிரி இருந்தாலும், தான் சிறைக்குப் போவது உறுதி என்றும், உள்ளே யார் யார் அவனுக்கு உதவுவார்கள் என்பதைப் பற்றியும் உற்சாகமாகப் பேசிக் கொண்டிருந்தான். உடனிருப்பவர்கள் அல்லாத எல்லோரிடத்திலும் ஏதாவதொன்றைச் சொல்லி நடித்தான். அவன் எதுக்கு இப்படிப் பாசாங்கு பண்ணுகிறான்? இவனது பயத்தையோ அல்லது சோகத்தையோ கண்டு யாரும் இவன் மீது இரக்கப்பட்டதாய்த் தெரியவில்லை. ஆனாலும் அவன் அப்படியேதான் இருந்தான். ரொம்பக் கேவலமானவனாகப் பட்டான்.

எங்களுக்கு மதிய வெயிலின் கொடுமைக்குப் பின்னால் இரவு குளிர்வதற்கு வெகு நேரம் பிடித்தது. நடு இரவுங்கூட போதுமான காற்றோட்டமில்லாததாலும், பத்துக்குப் பத்து ரூமிற்குள் எட்டுப் பேர் தூங்க வேண்டியதினாலும் ஒருவர் மீது ஒருவர் பட்டு உடலெங்கும் கசகசத்தது.

தூக்கம் வராத போதெல்லாம் அடிபட்ட இடங்களில் அழுத்துவதும், இரத்தம் கட்டிப்போகாமல் இருப்பதற்காக சராசரியான நிலைக்கு அடிபட்ட இடங்களைப் பயன்படுத்த முயற்சி செய்து கொண்டிருந்தேன். பிசுபிசுத்த இடங்களின்

மீது பட்டும் படாமலும் இருக்க முயற்சி செய்து ஓரமாக ஒதுங்கி ஒதுங்கி, அதற்கு மேலும் ஒதுங்க முடியாமல், மேலே விழும் கை கால்களை நகர்த்தி வைத்து நகர்த்தி வைத்து, மெல்லமாகச்சடைந்து கொண்டு ஒன்றும் செய்ய முடியாமல் நடந்த எல்லாவற்றுக்கும் மெல்லப் பழக்கப்பட்டுக் கொண்டிருந்தேன்.

இருக்கின்ற சூழ்நிலையை மறப்பதற்காக கனவுகளை உருவாக்கிக் கொள்வது எனக்குப் பழக்கம். அந்தக் கனவுகள் என்னைத் துன்புறுத்தாத வகையில் துளியும் நிகழ்காலத்தில் பாதிப்பு ஏற்படுத்தாமல் வெகுதூரத்தில் சஞ்சரிக்கும். ஆயிரமாயிரம் விதங்களில் வடிவங்களில் கனவு கண்டு கொள்வதற்கான சாத்தியங்களும் இருந்ததால், வற்றாத ஜீவநதியாய் ஓடும் எனது கனவு இடைக்காலங்களில் தொடர் துன்ப்ங்களிலிருந்து என்னை மீட்டது. ஆனால், அதே சமயம, நான் காண்பது கனவு என்ற உண்மை எனக்குத் தெரியுமாதலால், கனவு நிலையில் கண்ட முடிவுகளை ஒரு நாளும் வாழ்க்கையில் கையாள நினைத்ததில்லை. அதனால் எனக்குப் பெரும் துன்பம் வந்ததும் இல்லை.

துன்பமில்லாத கனவு கண்டபடி தூங்கிவிட்டேன். அல்லது கற்பனை செய்து கொண்டிருந்தபோது நேரம் கடந்து போய் வானின் நிறம் மாறத் தொடங்கியிருந்தது. அலுப்போ, அதிகாலை உற்சாகமோ, எந்தப் பாகுபாடும் இல்லாமலிருந்தது. பாகுபாட்டினை உணரக் கூடிய சூழ்நிலையும் ஏற்படவில்லை.

8

ஒரு இரவு கழிந்ததற்கு அடையாள மாகவும் விடிந்து விட்டதைக் காட்டிக் கொடுக்கப் போவதைப் போல் காலைக் கடன்கள் அவசரப்படுத்தியது. எப்பொழுதும் நான் எழுந்து யாரையும் கூப்பிட மாட்டேன். அதிகபட்சம் எதற்காகவாவது கதவு திறக்கும்போது நிதானமாக அந்த நேரங்களைப் பயன்படுத்திக் கொள்வேன். நாம் நம் அவசரத்திற்கழைக்க, அவர்களில் யாரையாவது அது துன்பப்படுத்த, அந்த எரிச்சலையும் நம் மீது தான் காட்டுவார்கள் என்பதால்தான் சகித்துக் கொண்டு அமைதியாக இருப்பேன்.

எட்டு மணிக்கோ ஒன்பது மணிக்கோ கதவு திறந்தது. முதல் நாட்களைப் போல் பயம் இல்லை. இப்பொழுது வரிசையாகச் செல்லவுமில்லை. எல்லோரும் டாய்லெட்டிற்கு ஓடிக் கொண்டிருக்கும் போதே இருக்கின்ற நேரத்தைப் பயன்படுத்தி தொட்டி நீரை அள்ளி அள்ளி முகம் கழுவிக் கொண்டேன். ஏறத்தாழப் பாதிக் குளியல்தான். தலைதான் பிசுபிசுத்தது. எப்படியோ கொஞ்சம் தொடர்ந்து உறுத்தும் பிசுபிசுப்பிலிருந்து விலக முடிந்தது.

எங்கே இன்ஸ்பெக்டர் வந்து விடுவாரோ எனப் பயந்தபடி நின்று கொண்டிருந்தோம். மொய்தீனின் கைகளில் வீக்கம் குறைந்திருந்தது. ஆனாலும் மிகவும் தொய்ந்து போனவனைப் போல உடலை வைத்துக்

கொண்டு அடிபட்ட கைகள் இரண்டையும் நெஞ்சு மட்டத்தில் உயர்த்தி வளைத்துத் தொங்க விட்டபடி பாவமாகப் பார்த்துக் கொண்டிருந்தான்.

நெல்சன் அங்கிருந்த போலீஸ்காரனுடைய ஷூவைத் துடைத்துப் பாலீஷ் போட்டுக் கொண்டிருந்தான். அதில் அவன் காட்டிய உற்சாகந்தான் எனக்கு இன்னும் ஆச்சரியமாய் இருந்தது. சிறிது நேரங்கழித்து மீண்டும் கதவு திறந்தது. எல்லோரும் உள்ளே போனோம். எல்லோரும் உற்சாகமாய்ப் பேசினார்கள். டிஸ்கோ கதை விட்டுக் கொண்டிருந்தான். பழைய ஆள் 50வது நாள் என எண்ணிச் சொல்லிக் கொண்டிருந்தான். மிகவும் மெலிந்து போய் வெளுத்திருந்தான்.

யாரோ வேகமாய் வந்து கதவு திறப்பது தெரிந்தது. எல்லோரும் மூலைகளுக்கு ஓடினோம். ஒரு நரித்தனமான முகம் உள்ளே வந்தது.

'யார்றாவன் நெல்சன்? வாடா, ஐயா வரச் சொல்றார்' என்றான்.

இவன் காலுக்குக் கால் ஒட்டியபடி மெல்ல எட்டி வைத்தான். முகம் கலவரமானது. 'வா' என்றது ஒரு குரல், அதிர்ந்தபடி பாதி சாத்தப்பட்டிருந்த கதவில் ஓடி முட்டிக் கொண்டு வெளியே போனான். கொஞ்ச நேரம் நிசப்தம், ரவி மெல்லச் சொன்னான். 'உன் தம்பி என்ன சொல்லப் போறானோ, அதைப் பொறுத்துத்தான் நம்ம கதி. ஆனா, நல்ல தம்பியப் புடிச்ச நீ' என்றான்.

அவன் வாங்கியிருந்த அடிக்கு அவனது உடம்பு இருந்த நிலைமைக்கு அவன் ஒரு சில மணி நேரங்களில் தெம்படைந்து விடுவது எனக்கு ஆச்சரியமாயிருந்தது. கை கால்களையெல்லாம் உருவி விட்டுக் கொண்டு ஜன்னலுக்கும் என் அருகிலுமாக வந்து திரும்பிப் போய்க் கொண்டிருந்தான்.

எனக்கு ஜன்னல் மேல் காத்தாட, ஏதோ இருக்கிற அளவில் காற்று வாங்க ஆசைதான். என்றாலும் ஜன்னலின் மேல் உட்கார பயம். வெளியில் காவல் நிலையத்திற்கு வந்து போகும் போலீசுகளின் பார்வைக்குப் படுவோம், அவனுக முகத்தைப் பார்த்துவிட்டு வந்து யாரு என்னன்னு விசாரிப்பார்கள். அவர்களுக்கு எதைச் சொன்னாலும் திரும்பவும் கேள்வி கேட்கிறார்கள். எதைச் சொல்வது என்று நாம் விழிக்கும் போது, வெளியே இருப்பவர்கள் 'அப்பாவிகள்' என்று

நினைக்கிறார்கள். ஆனால் போலீஸ் மட்டும் திருட்டு என்று முடிவு செய்கிறார்கள் என்று தோன்றியது. அதனால் நான் ஜன்னலருகில் செல்வதேயில்லை. ரவிக்கு அப்படியெல்லாம் பயம் கிடையாது. உண்மையில் அவனுக்கு யாரும் பழக்கமும் கிடையாது. எல்லோரிடமும் சகஜமாகப் பேசினான். எங்கும் அளவு மீறி விடாமல் பார்த்துக் கொள்கிறான் எனத் தெரிந்தது.

கொஞ்ச நேரத்தில் வெளியிலிருந்து நெல்சனை விசாரிக்கும் சப்தம் கேட்டது. சடார், சடீர் என்று கெட்ட வார்த்தைகளின் தாளகதியுடன் சப்தம் கூடியது. இவன் தெலுங்கிலும் தமிழிலுமாகக் கத்திக் கொண்டிருந்தான்.

இரண்டு பேரும் ஒன்றாகத்தான் குண்டூர் வந்தோம். இருவருக்கும் வரும்போது தெலுங்கு தெரியாது. தெலுங்கு கற்றுக் கொள்வதில் அவனுக்கு என்னோடு தினமும் போட்டி. ஏதாவது தெலுங்குச் சொற்களைச் சொல்லி என்னிடம் அர்த்தம் கேட்டுக் கொண்டிருப்பான். நான் போட்டி போடவில்லையென்றாலும் அவனுக்கு என்னோடு போட்டி. இதில் என்னை விடவும் அவன் அதிகம் தெலுங்கு கற்றுக் கொண்டதாகவும் எண்ணம் உண்டு. அதை நிரூபிக்க எல்லோரிடமும், தவறாகவே இருந்தாலும் கவலையே இல்லாமல் தெலுங்கில் பேசுவான். புரிந்து கொள்வது எதிரிலுள்ளவன் பாடு. இன்ஸ்பெக்டர் அவனது வார்த்தைக்கு என்ன அர்த்தம் எடுத்துக் கொண்டாரோ தெரியாது, ஏதோ சரியான விஷயத்தை அவனிடம் பாதி தெரிந்து கொண்டதைப் போலும் மீதியைப் பெறப் பிரயத்தனம் பண்ணுவதாகவும் தெரிந்தது.

நிமிடத்திற்கு நிமிடம் அடியின் சத்தமும் கதறலும் அதிகமாகியது. உள்ளே எங்கள் மூவருக்கும் கதி கலங்கியது. எந்த அர்த்தமும் தொனிக்காத வெற்றுப் பார்வை பார்த்துக் கொண்டோம். யாரும் யாருக்கும் தைரியமோ ஆறுதலோ சொல்லிக் கொள்ள முடியாத நிலை. நால்வரும் கூட்டுத் தான் என்றாலும், விஷயத்தைத் தனித்தனியாக மட்டுமே சந்திக்க முடியும் என்ற நிலை. யாருக்கும் நிலைமையின் கடினத்திலிருந்து விலக முடியும் என்ற சாத்தியமில்லாததால் யாருக்கும் யாரின் மீதும் இரக்கப்படுவதற்குக் கூட முடியாமல் போனது.

சிறிது நேரத்தில் கதவுத் துளையிலிருந்து ஒரு குரல், 'டேய், நெல்சனோட சட்டையை எடுங்கடா' என்றது.

எல்லோரும் பரபரத்து நெல்சன் சட்டை எது? எது? என்று கேட்டுக் கொண்டிருந்த போதே நான் அவனது அழுக்குப் பிடித்த நீல நிற கை வைத்த பனியனை எடுத்துக் கொடுத்தேன். அதை அவன் தனது இரண்டு விரல்களை நீட்டி பிடித்துக் கொண்டு போனான்.

என்ன நடக்கிறது? எதற்காக அவனது சட்டையை எடுத்துப் போகிறார்கள்? அடி பலமாய்ப் பட்டிருக்குமோ? ஆஸ்பத்திரிக்காகவும் இருக்குமோ? குழப்பம், பயம் அந்த இன்ஸ்பெக்டர் அடிக்கடி சொல்லுவார். 'கொன்னுடுவேன், தமிழ்க்கார மகனுகளா' அப்படி எதனாச்சும் ஆகிவிட்டதா என்றெல்லாம் பயந்தேன்.

அன்று முழுவதும் அவனைக் காணவில்லை. மதியம் உணவும் வந்தது. நாங்கள் எங்களுடைய உணவைச் சாப்பிட்டுவிட்டு அவனுடைய உணவை அப்படியே வைத்திருந்தோம்.

போலீசார் மத்தியிலும் எந்தவித பரபரப்போ அவசரமோ இல்லாததால் அப்படி பயப்படும்படியாக ஒன்றும் ஆகியிருக்காது என்றான் ரவி. அப்படி ஏதாவது ஆகியிருந்தால் வெளியில் வந்ததும் அந்த இன்ஸ்பெக்டரைக் கொன்றே விடுவது, அது என்ன ஆனாலும் சரி என முடிவு செய்து கொண்டோம். அது எவ்வளவு கடினமானதாக இருந்திருக்கும் என நினைப்பது வேறு, ஆனால் அந்தச் சமயத்தில் முடிவு பண்ணினோம். மொய்தீனும் கூட பல ஐடியாக்களைச் சொன்னான். பக்கத்தில் இருப்பவர்கள் கேட்டுக் கொண்டிருக்கிறார்கள் என்ற பிரக்ஞை கூட இல்லை. அன்று மாலைவரை பலமுறை, பல வடிவங்களில் இன்ஸ்பெக்டரைக் கொன்றிருப்போம்.

லாக்கப்பிற்குள் அடைபட்டு ஐந்து நாட்கள் முடிவடைந்து விட்டது அடியும், உதையும் எந்நேரமும் பட்டினியுமாய், குடிக்க நீரும் போதுமான அளவில் கிடைக்காமல், ஆந்திர வெயில் உச்சத்தில் இருந்த சமயமாதலால் எந்த நேரமும் வியர்த்துக் கொட்டிக் கொண்டு வியர்வை நாற்றமும், மூலையில் எந்நேரமும் பெய்த மூத்திர நாற்றமுமாய் சகிக்க முடியாத வேதனையில் பயமும் படபடப்புமாய் எந்நேரமும் முழுமையான தூக்கமுமின்றிக் கழிந்து கொண்டிருந்தது.

இரவு ஒன்பது மணிக்குக் கதவு திறந்தது. நெல்சன் வந்தான். கதவு சாத்தப்பட்டது. எல்லோரும் அவனை வட்டமிட்டோம். ஏற்கெனவே எப்பொழுதும் குனிந்து கொண்டிருக்கும் அவன் அப்பொழுது தலையே நிமிரவில்லை.

ஓயாது கேள்விக் கணைகள். ஏன்? என்ன ஆனது? எங்கே போயிருந்தாய்? உன்னை எங்க கூட்டிடுடப் போனாங்க, ஆஸ்பத்திரிக்கா?

பைத்தியம் பிடித்தவன் போல் உட்கார்ந்திருந்தான். பொறுமையிழந்த ரவியின் குரல் தன்மை மாறின. மெல்ல பதில் சொன்னான்.

வேனில் ஏற்றிக் கொண்டு வேறு ஸ்டேஷன்களுக்கு கூட்டிக் கொண்டு போனார்களாம். லாலாபேட்டை போலீஸ் ஸ்டேஷனுக்கும் போயிருந்தானாம். எல்லா இடத்திலும் அதிகபட்சம் முடியைப் பிடித்துக் குலுக்கி அடித்தார்களாம். எனக்கென்னவோ, இவன் அங்கு எல்லாப் பகுதிகளிலும் தலையைக் குனிந்தபடி நின்றிருந்திருப்பான் எனத் தோன்றியது. வேனில் ஏற்றிக் கொண்டு நகரின் ஒரு சில இடங்களுக்குக் கூட்டிக் கொண்டு போனார்களாம். அங்கு ஒரு இடத்தில் போலீஸ்காரர் இவனை வண்டியை விட்டு இறக்கி அழைத்துப் போய், 'இந்தக் கடையின் ஷட்டரைத் திறந்து டேப் ரிக்கார்டர், வாட்ச் போன்ற எலக்ட்ரானிக் பொருள்கள் கொள்ளையடித்தீர்களல்லவா?" என்றானாம். ஏறத்தாழ அந்தப் போலீஸ் உடனிருந்தவனைப் போல, 'இங்க நின்னு தடத்தில் யாராவது போகிறார்களா, வருகிறார்களா என்று காவல் காத்தது நீ தானே?' என்றானாம். 'கடைக்குள் போய் பொருட்களை எடுத்துக் கொண்டு போனீர்களல்லவா? அதை எல்லாம் எங்கே விற்றீர்கள்னு மட்டும் சொல்லிவிடு. உன்னை விட்டுவிடுகிறோம்' என்றானாம். இவன் பேந்தப் பேந்த முழித்துக் கொண்டு இருக்கும் போதே, 'இந்தச் சந்திலா போனீங்க? நீ கூடப் போகலியா? ரிக்‌ஷாவில் இடம் இல்லையா? ரவியும் அவனுகளும் கொண்டு போய் விட்டானுகளா?' என்றெல்லாம் சொல்லிக் கொண்டிருந்தானாம். இவன் மறுத்தால் முறைத்து அங்கேயே அடித்தானாம். ரோட்டில் அடி வாங்குவதற்கு சங்கடப்பட்டுக் கொண்டு தலையை ஆட்டினால் விட்டுவிட்டானாம்.

ரவியும் மொய்தீனும் தெளிவாகவே கேட்டார்கள். 'ஏண்டா, அவனுக காட்டிய கடையில திருடினதாக ஒத்துக்

கொண்டு வந்து விட்டாய், அப்படித்தானே?" இவன் 'இல்லை' என்றான்.

அவர்களே தொடர்ந்து, 'ஏண்டா டேய், தினசரி செகண்ட் ஷோ சினிமாவுக்குப் போனாயல்லவா? வேறு ஏதாவது கோஷ்டியோடு சேர்ந்து திருட்டு வேலை செய்தாயா?' என்றனர்.

இவன் செய்திருப்பான் குமாரு. இப்ப சிக்கிட்ட பிறகு அவனுகளையெல்லாம் காட்டிக் கொடுக்கப் பயந்துகிட்டு நம்ம பேரெல்லாம் சொல்லிட்டான்' என்றான் மொய்தீன்.

எனக்கு அதில் துளியும் நம்பிக்கையில்லை. எங்களைத் தவிர நண்பர்கள் யாரும் அவனுக்கில்லையெனத் தெளிவாகத் தெரியும் எனக்கு. சும்மா ஒரு பந்தாவிற்காக, எப்பொழுதோ கடைக்கு வந்துவிட்டுப் போன நோஞ்சான், நொடிச்சவன், படிச்சவன் என்ற பாகுபாடின்றி எல்லோரையும் 'குரு, குரு' என்று கூப்பிட்டு, ஏதோ பயங்கரமான ஜோக் சொன்னதைப் போல் சிரித்துக் கொண்டிருப்பான் என்பதைத் தவிர, நிச்சயமாய் நண்பர்கள் இல்லையெனத் தெரியும். மொத்தத்தில், இன்று வெளியில் பொதுமக்கள் மத்தியில் போலீசிடம் அடிவாங்கக் கூச்சப்பட்டு போலீஸ் குறிப்பாகக் கூறிய எதையெதையோ ஒத்துக் கொண்டு வந்து விட்டான் எனத் தெரிந்தது.

வெகுநேரம் பேசிக் கொண்டிருந்தோம். மதியம் பரோட்டாவும் இடையிடையே போலீஸ்காரனுக டீ சாப்பிடும் போதெல்லாம் இவனும் டீ சாப்பிட்டதையும் சந்தோஷமாய் சொல்லிக் கொண்டிருந்தான். சையத் கரீம் கடை வழியாகத்தான் கூட்டிப் போனார்களாம். கடையில் அவர் இல்லையாம். செவிடன் டீ அடித்துக் கொண்டிருந்தானாம். (எங்களுக்குத் தெரிந்த வேறொரு தெலுங்கு பேசும் டீ மாஸ்டர்) நாங்கள் பேசிக் கொண்டதையும், கற்பனை பண்ணிக் கொண்டிருந்ததையும் மொய்தீனும் நானும் சொல்லிக் கொண்டிருந்தோம். பின் எப்பொழுதோ தூங்கிப் போனோம். விடிவு எப்படியிருக்குமோ என்ற பயத்துடனேயே.

9

மறுநாள் காலை நன்கு விடிந்த பின் தான் எழுந்தேன். நெல்சன் இன்னும் தூங்கிக் கொண்டிருந்தான். காலைக் கடன்களுக்காகக் கதவு திறக்கப்பட்டு சிறிது நேரத்தில் காலை மாமூலுடன் திரும்ப அடைக்கப் பட்டோம்.

பகல் பத்து மணிக்கும் மேலாகியிருக்கும். கதவு திறந்தது.

'டேய் நீங்க நாலு பேரும் வாங்கடா' என்றது குரல்

நெஞ்சை நடுக்கம் ஆக்கிரமித்துக் கொள்ள வர முடியாது என்று சொல்ல முடியாத நிலையில் கதவைத் தாண்டி வெளியே காலை வைத்தேன். வெளியில் வந்ததும் நேராக பின்பக்க அறைக்குத்தான் அழைத்துச் சென்றார்கள். இன்ஸ்பெக்டரும் நோட்டு பேனா சகிதம் ஒருவருமாய் ரெடியாக அமர்ந்திருந்தனர்.

'வாங்க, வாங்க' என்றார். 'சொல்லுங்கடா, சொல்லுங்க. மரியாதையா எல்லாவற்றையும் சொல்லுங்க. நெல்சன் எல்லாவற்றையும் ஒத்துக்கிட்டான். இனியும் நீங்க என்னை ஏமாந்த முடியாது. ம்.. சொல்லு' என்று கத்தினார்.

குரலே நெஞ்சை நடுங்கச் செய்தது. லாட்டியை எடுக்கின்ற தோரணையும் ஒவ்வொரு அசைவும் எங்களை மிரட்ட வேண்டும் என்றே செய்யப்படுகிறது எனக் கருதினேன்.

'தெரியாது சார், தெரியாது' என்பதே பல்வேறு விதமாக எங்களிடமிருந்து ஒலித்தது.

நெல்சன் தடுமாறினான். நேற்றைய தினத்திற்கும் இன்றைய நாளிற்கும் மாறுபாடு வராமல் தடுக்க முயற்சி செய்தான். அது தொடர்ந்து விஷயத்தை ஒத்துக் கொண்டதைப் போலிருந்தது. அவ்வப்பொழுது சாவகாசமான நீட்டி விழுந்த பலமான அடி அவனுக்கு எதையோ போதித்தது. அவன் கற்றுக் கொண்டதை எங்கள் முன் ஒப்புக் கொள்ளச் செய்தது.

நான் மறுத்துக் கொண்டிருந்தேன். கைகளை நீட்டி நீட்டி முறையாக அடி வாங்கிக் கொண்டிருந்தேன்.

திடீரென்று போலீஸ்காரர் லாட்டியை வாங்கிக் கொண்டார். அவர் சொன்னார், 'நான் ஒரு ஸ்போர்ட்ஸ்மேன், திருடர்களை ஓட ஓட விரட்டிப் பிடிச்சாத்தான் எனக்குப் பிடிக்கும்' என்றபடி லாட்டியைக் கையில் வாகாகப் பிடித்தான்.

எனது தோளிலிருந்து முழங்கைக்குள் படபடவென, கம்பை உயர்த்தாமல் பத்திற்கும் மேற்பட்ட அளவுகளில் தட்டியபடி 'இந்த சதை இருக்காது' என்றான்.

'எனக்குத் தெரியாது' என்றேன்.

தோள்பட்டையிலும் முதுகிலும் பக்கவாட்டிலும் மாறி மாறி விளாசினான். 'ஷ.. ஷ.. சார்.. .சார்..' என்றேன்.

ரவியையும் மொய்தீனையும் வேறொரு போலீஸ்காரர் மாற்றி மாற்றி அடித்துக் கொண்டிருந்தார். மொய்தீன் ஒவ்வொரு அடிக்கும் வெகு நீளமாய் கத்திக் கொண்டிருந்தான். தாறுமாறாக அடிவாங்கித் துடித்துக் கொண்டிருந்தோம்.

இன்ஸ்பெக்டர் எழுந்தார். 'இது போதாது இவனுகளுக்கு, சம்மட்டி அடி வாங்கினாத்தான் சரி ஆவானுக. நீங்க பார்த்துக்கோங்க, நான் ஒரு ரவுண்டு போய்ட்டு வந்து விடுகிறேன்' என்று எழுந்தவர் கதவருகில் இருந்த மொய்தீனை எட்டி உதைத்தார். உதையின் திசையிலிருந்து கொஞ்சம் விலகிக் கொண்டாலும் உயிரே போய்விட்டதைப் போல் கத்திக் கொண்டு விழுந்தான். திரும்பவும் இடுப்பின் மீது ஒரு மிதி மிதித்துவிட்டுப் போனார்.

போலீசார் இருவரும் கூடிப் பேசினார்கள். ஒருவன் மட்டும் வெளியில் போய்விட்டு சிறிது நேரம் கழித்து

வந்தான். வலுவான மூன்று வெள்ளைக் கயிறுகள், சுண்டு விரல் மொத்தமிருக்கும் ஒவ்வொன்றும் பத்தடி நீளமிருக்கும்.

'டேய், ஒவ்வொருத்தனும் தள்ளித் தள்ளி சுவற்றில் முதுகைச் சாய்த்தபடி உட்காருங்கடா' என்றார்கள்.

தள்ளித் தள்ளி அமர்ந்தோம். அவர்களது பார்வைபோதும் என்கின்ற அளவில் அமர்ந்திருந்தோம். ஒவ்வொருவருக்கும் குறைந்தது ஐந்தடி இடைவெளி இருந்தது.

ஸ்போர்ட்ஸ்மேன் ஆர்வமாக என்னிடம் வந்தான். என்ன செய்வது என்று தெரியாததால் கால்களை நீட்டினேன். 'டேய், என்றபடி, ஒரு காலை அணையாக இன்னொரு காலை தனது கால்களாலேயே ஒன்று சேர்த்தான். காலை நீட்டியபடி அவனுக்கு ஒத்துழைத்தபடி அமர்ந்து பார்த்துக் கொண்டிருந்தேன். கணுக்கால்கள் இரண்டையும் ஒன்றாகச் சேர்த்து இரண்டு மூன்று சுற்றுச் சுற்றினார். இரண்டு கால்களுக்குமிடையில் ஒரு சுற்று சுற்றி இரு நீண்ட முனைகளுக்கும் மத்தியில் கால் இருக்கும் படி கட்டி விட்டு கயிறு அளவாகவும் சரியாகவும் இருக்கிறதா என்றபதை சரி பார்த்தான்.

அவ்வாறே ரவிக்கும், மொய்தீனுக்கும் கட்டப்பட்டது. நெல்சன் பார்த்துக் கொண்டிருந்தான்.

இரண்டு முனைகளில் ஒன்றை இழுத்து நிலத்திலிருந்து ஏழடி உயரத்தில் ஜன்னல் கம்பியில் கட்டினான். கால்கள் நிலத்திலிருந்து சற்றே உயர்ந்து எனது முதுகு இப்பொழுது தரையில் கிடந்தது. இன்னொரு முனையை எனது தலைக்கு மேலாக இழுத்து மேல் கூரையில் கட்டினான். இப்பொழுது கயிற்றின் இருமுனைகளும் விரிந்து V வடிவத்தில் இருந்தது. கால்கள் இரண்டும் உயர்ந்து பாதம் பூப்போல மலர்ந்த நிலையில் இருந்தது.

ஏறத்தாழ மூன்று பேருக்கும் ஒரே சமயத்தில் கட்டி முடித்தனர். ஏதோ ஒரு மிக முக்கியமான வேலையைச் செய்பவர்களைப் போல ஒவ்வொருவரும் கட்டப்பட்டிருக்கும் விதத்தைச் சரிபார்த்துத் திருப்திபட்டுக் கொண்டனர்.

உடலில் தலையும் முதுகும் நிலத்தில் கிடக்க, இடுப்பு மட்டத்திலிருந்து கால்கள் உயர்ந்து மொத்தத்தில் L வடிவத்தில் கிடந்தோம்.

ஒவ்வொருவரும் லாட்டியைப் பரிசோதித்துக் கொண்டனர். தேவையான தைரியத்தையும் கோபத்தையும் பெறுவதற்காக, 'ம்.. சொல்லுங்கடா, இப்ப சொல்லுங்க' என்றபடி லாட்டியை ஓங்கி உயர்த்தி ஏதாவது தடை இருக்கிறதா என மெல்ல வீசிப் பார்த்துக் கொண்டனர்.

ஸ்போர்ட்ஸ்மேன் உற்சாகமாக, அதே சமயம் கவனம் தவறிவிடக் கூடாது என்பதைப் போல் சீரியசாக முகத்தை வைத்துக் கொண்டு என்னைக் கண்களாலேயே கேட்டான்.

'தெரியாதுங்க சார்.' என்றேன்.

முகம் கலவரப்பட்டிருக்க வேண்டும். கைகள் பரபரத்து பக்கவாட்டில் பிடிப்பதற்கு ஏதுமில்லாமல் இருந்தது. கையை வேகமாக அசைத்தால் எங்கே பூட்ஸ் காலால் மிதித்து விடுவார்களோ எனப் பயந்து அசையாமல் கிடந்தேன்.

ரவியிடமிருந்த பெரிய மீசை வைத்த வயதான போலீஸ் எந்தெந்த திருடர்களிடம் எப்படியெப்படி உண்மையைக் கறந்தான் என்பதைப் பற்றிப் பேசிக் கொண்டே துவங்கினான்.

அடிப்பதற்கு எந்தத் தடங்கலும் இல்லாமல், வைக்கப்பட்டிருக்கும் ஆப்பு மேல் அடி கனகச்சிதமாக விழுவதைப் போல் பாதத்தின் மேல் அடி விழுந்தது.

'அம்மா' என்றபடி ரவி காலை இழுக்க, கயிற்றால் இழுக்கப்பட்டு நிலத்திலிருந்து துள்ளிக் கீழே விழுந்தான்.

இதைப் பார்த்துக் கொண்டிருக்கும் போதே உச்சந்தலையில் விர்ரென்றது. என்ன ஆனேனோ தெரியாது, தலையின் பின்புறம் நிலத்தில் மோதியது. அடிபடும் இடத்தைப் பாதுகாக்க அல்லது அடியிலிருந்து விலகிக் கொள்ளவே முடியாதபடி கட்டப்பட்டிருந்தது. என்னென்ன சொல்லிக் கதற முடியுமோ, கத்த முடியுமோ, அத்தனையும் முடிந்து போயிருக்கும். எந்த இலக்குமின்றி எந்தக் குறிப்பிட்ட நிலையுமின்றி உடல் துள்ளியது. அடி விழும் இடம் மட்டும் அசையாததைப் போல் அதே இடத்திற்கு அதே நிலைக்கு மீண்டும் வரும் தொடர்ந்த அடிகள் அது எண்ணிக்கைக்குள் அடங்கவில்லை. எண்ணியுணர்வதற்கோ மூளைக்குத் திறனுமில்லை.

துள்ளித் துள்ளித் திரும்பத் திரும்ப வீழ்ந்ததினால் மண்டை முழுவதிலும் நெற்றியிலும் கூட அடிபட்டது. இப்பொழுது

அதிகமாக அவர்கள் கேட்கவில்லை. அடிப்பதற்கு முன் சம்மட்டி அடிப்படவர்களிடமிருந்து வெளிப்படுமே அது போல அல்லது அடிப்பதற்குத் தேவையான பலத்தை அவர்களது உடலிலிருந்து திரட்டுவதாக அம்மாவை ஓயாமல் குறிப்பிட்டார்கள். அது அவர்களுடைய அம்மாவையா அல்லது என்னுடைய அம்மாவையா என்பது தெரியவில்லை. கைகளிரண்டும் நிலத்தில் பட்பட் என்று அடித்துக் கொண்டது.

எவ்வளவு நேரமாச்சோ, எவ்வளவு அடிக்குப் பின்னாலோ தெரியாது மார்பு விரிந்த நிலையில் உள்ளங்கைகள் இரண்டும் நிலத்தை அழுத்த கழுத்து வளைந்து தலை உயர்ந்து பின் மண்டை பட்பட்டென தரையில்மோதிக் கொண்டிருக்க வாயிலிருந்த ஷ்.. ஷ்.. ஷ் என்று சப்திக்க இடுப்பு மட்டும் லேசாக உயர்ந்து உயர்ந்து இறங்கிக் கொண்டிருந்தது.

அவ்வப்பொழுது கைகள் உயர்ந்து, முதுகு வளைந்து கணுக்காலைப் பிடிக்க அடி இடம் மாறிக் கைகளிலும் பக்கவாட்டிலிருந்து வந்து பின் தொடைகளிலும் அடி பதிந்தது. ஒரே இடத்தில் அடிபடுவதை விட இடம் மாறும் போது ஏற்கெனவ பட்ட இடத்திலிருந்து அடியை மறக்க முடிந்தது.

கொஞ்ச நேரத்தில் அவனது கைகளும் மூளையும் ஓய்ந்து போய், என்ன சார் செய்வது என்பதைப் போல் மீசைக்காரனைப் பார்த்தான்.

அவன், 'போடு, நாய்கள் அப்படியே கிடக்கட்டும். வந்து பார்க்கலாம்'னுட்டு அப்பால் நகர்ந்தார்கள். ஒரு போலீஸ் மட்டும் அருகில் சேரில் அமர்ந்து கொண்டான்.

கொஞ்ச நேரம் எந்தச் சிந்தனையோ சொல்லோ செயலோ இன்றி எல்லாமே அடங்கிவிட்டதைப் போலக் கிடந்தேன். முதலில் எங்கு வலிக்கிறது என்பதே சரியாகப் புரியவில்லை. என்க்கென்னவோ அப்பொழுதும் சரி, இப்பொழுதும் சரி, இந்த மாதிரியான அடிகள் வலிக்கச் செய்வதற்காக அல்ல, அது மூளையைக் கலக்க செய்வதற்காக என்றே நினைக்கிறேன்.

சிறிது நேரம் மூலையைப் பார்த்துக் கொண்டிருந்தேன். ஆனால் சிறிது நேரம் செல்லச் செல்ல ஏற்பட்டிருந்த அதிர்ச்சி மெல்ல விலகத் தொடங்கியது. என் உடல் ஆரம்பத்தில்

கிடந்த நிலையிலேயே, ஆனால் சற்று சுவரிலிருந்து விலகிக் கிடந்தது. அடி விழும்போது சுண்டியிழுத்ததில் காலில் கயிறு கட்டப்பட்டிருந்த இடத்தில் நெருப்பு போல எரியத் தொடங்கியிருந்தது. பாதங்களில் உணர்வு திரும்பியிருந்தது. பாதங்களைத் தடவிக் கொடுக்க வேண்டும் போன்ற உணர்வு. உள்ளங்கால்களில் சதைப் பிடிப்பைத் தாண்டி எலும்பில் மோதிய கம்பின் பலத்தை இப்பொழுது நன்கு உணர முடிந்தது.

என்ன நடக்கிறது என்பதை மீண்டும் நினைத்துப் பார்க்கத் துவங்கினேன். மற்றவர்களுக்கு என்ன ஆயிற்று என்பதைக் கூடச் சிந்தனை செய்யாமல் கால்கள் தளர்ந்து தொங்கி கயிறு இறுக்கிக் கொண்டிருந்த நிலையிலேயே கால்களுக்கு முடிந்த மட்டும் தளர்வு ஏற்படுத்திக் கொண்டு கண்களை மூடியபடி கிடந்தேன்.

தூங்கினேனா அல்லது மயங்கி விட்டேனா எனத் தெரியவில்லை. கயிறு அறுந்தது போல் கால்கள் தொப்பென்று விழுந்தபோது தான் நினைவு திரும்பியதும் திடுக்கிட்டு மீண்டும் மரணவலியால் துடித்தேன். அசௌகரியமாய் இருந்த உடல் சௌகரியமான நிலையை அடைந்து விட்டாலும் ஏற்பட்ட உடல் வலியாலும், பிடிப்பாலும் ஒரு புழுவைப் போல் நெளிந்தேன். உருண்டு வளைந்து உடலில் எங்கெங்கு வலித்ததோ அந்தந்த இடங்களையெல்லாம் தடவிக் கொடுக்க முடியாமல் நிலத்திலே அழுத்தியதன் மூலமாக மற்றவர் உதவியின்றி தயார்படுத்த முயற்சித்தேன்.

முக்கலும் முனகலும் அழுகையற்ற நிலையிலும் கண்களில் கசிந்த கண்ணீரைத் துடைத்துக் கொள்ளாமல் மெல்ல அமர்ந்து கால்களின் தொடைகளை கைகளால் இறுக்கப் பிடித்து முதுகு வலிக்கு சிறு நிவாரணம் கொடுக்க முயற்சி செய்தேன். மெல்ல ஆசுவாசப் படுத்திக் கொண்டு மேல் நோக்கி நிமிர்ந்தேன். ஸ்போர்ட்ஸ்மேனும் மீசைப் போலீசும் நின்றிருந்தார்கள்.

என்ன கருணையோ தெரியவில்லை, நான் ஆசுவாசப்படுத்திக் கொள்ள இவ்வளவு நேரம் அனுமதித்திருக்கிறார்கள். நெஞ் சைக் கவ்வியிருந்த பயம் கண்களைத் துடிக்கச் செய்த்து. மிரண்ட விழிகளுடன் தொடர்ந்து பார்க்க முடியாமல் கண்களை மூடிக் கொண்டேன்.

ஸ்போர்ட்ஸ்மேன் என்னிடம் எதையோ எதிர்பார்த்தது போல் கூறினான். 'ம்.. காலைக் கீழே ஊன்றி எழுந்திருடா' என்றான்.

அப்பொழுது தான் ஒன்றைக் கவனித்தேன். நான் என்னையுமறியாமலே எனது காலின் பாதங்கள் நிலத்தில் பட்டுவிடாமல் குதிகாலின் பின்பகுதி நிலத்தில் பட்டும் படாமலும் அமர்ந்திருந்தேன். அப்பொழுது தான் கால்களைக் கீழே ஊன்றுவது சம்பந்தமாக யோசனை வந்தது. போலீசோ, இவ்வளவு மட்டுமல்ல, இன்னும் இருக்கிறது எனபதைப் போல 'ம்... ம்... எழுந்திருச்சு நில். ம்... மேலே எழுந்திரு' என்றபடி என் தலைமுடியைப் பிடித்திழுக்க வந்தான்.

அவன் கைகளுக்குத் தலைமுடி சிக்காமலிருக்க தலையைப் பின்னுக்கு இழுத்தபடி கைகளை ஊன்றி எழுந்திருப்பதற்காக கால்களை நிலத்திலூன்றி பாதி உயரம் எழுந்து விட்டேன். நிலத்தில் கால்கள் அழுந்தியதும் 'அய்யோ' என்றபடி கீழே விழுந்தேன். விழுந்து கிடந்தபடியே ஓவ்... என்ற தொடர்ந்த எந்த வகையிலும் எனது கட்டுக்குள் அடங்காத ஓலம் வெளிப்பட்டது. காயம்பட்ட புண்ணில் கையை வைத்து அழுத்தியது போலிருந்தது. கூடவே அச்சமும் எழுந்தது. எப்படி நடக்கப் போகிறோம், எங்கே நடக்க முடியாமல் போய்விடுமோ என்ற பீதியுடன் கூடிய தற்காப்பு உணர்வின் காரணமாக ஓலத்தினூடே மீண்டும் கைகளை ஊன்றி எழுந்திருக்க முயற்சி செய்தேன். மரண பயத்தின்போது வரும் உத்வேகம், எனக்குள்ளிருந்து கிளம்பிய ஏதோ உணர்வின் காரணமாக அலறியபடியே எழுந்து நிற்க முடியுமா, முடியாதா என்ற பரிசீலனையில் இறங்கி வலி தாளாமல் உதவிக்குப் பக்கத்துச் சுவரைப் பிடிக்கப் போய் ஒரு காலை உயர்த்த மற்றொரு காலில் மொத்த பாரமும் இறங்க கந்திப் போயிருந்த சதையைத் தாண்டி எலும்பே நேராக நிலத்தில் குத்தியது போல முழங்கால்கள் பயங்கரமாக நிலத்தில் மோதக் குப்புற விழுந்தேன். மூளை நரம்புகள் மீண்டும் ஸ்தம்பித்துப் போனது போலிருந்தது.

ஸ்போர்ட்ஸ்மேன் எதிர்பார்த்தது நடந்து விட்ட திருப்தியில் குறுகுறுக்கச் சிரித்தபடியே, 'ம்... ம் எழுந்திருச்சு நட நாயே... இப்ப நான் யாருன்னு தெரியுதா? மரியாதையா இன்ஸ்பெக்டர் கிட்ட முரண்டு பண்ணாமல் ஒத்துக்க,

இல்லை, இனியொரு இரண்டு முறை சம்மட்டி அடி வாங்கினா கால் ரெண்டும் அழுகிப் போயிடும், ஜாக்கிரதை' என்றான்.

எந்த வகையிலும் நியாயமற்ற, எந்த வகையிலும் உரிமையற்ற இந்தச் செயலைச் செய்வதற்கு யார் இவர்களுக்கு அனுமதி தந்தது? நான் கேள்விப்பட்டிருந்த எல்லாவிதமான மோசடிச் செயல்களைக் காட்டிலும் நேரில உணர்ந்த இந்த வன்முறைக்கு யார் இவர்களுக்கு அதிகாரம் கொடுத்தது? காவல் துறை என்று அரசியல் சட்டம்சில உரிமைகளை வழங்கியிருக்கலாம். ஆனால் அது யாரையும் வாழும் உரிமையைப் பறிப்பதாக இருக்காது. ஒரு மனிதன் மூலமாக இனியொரு மனிதனுக்கு ஏற்படும் தீங்கைத் தடுப்பதற்கு இருக்கலாம். ஆனால் ஒருக்காலும் இனியொரு மனிதனின் மீதான வன்முறையைச் செலுத்துவதற்காக அது இருக்க முடியாது. நான் சரியானவனோ தவறானவனோ, ஆனாலும் என் மீதான் இந்த வன்முறையை ஒருக்காலும் என்னால் ஒத்துக் கொள்ள முடியாது.

கீழே விழுந்து கிடந்த நான் கண்ணில் வழிந்த நீரோடு துடிதுடித்தபடி ஸ்போர்ட்ஸ்மேனைப் பார்த்தேன். மெல்லக் குறுகுறுத்த சிரிப்புச் சிரித்துக் கொண்டிருந்த அவன், 'எழு,.. ம்.. எழு நாயே, பார்த்துர்றேன் நான். உங்கிட்டேயிருந்த இன்னைக்கு உண்மையை எப்படி வரவழைக்கிறேன்னு பாரு. நீ கராட்டே செய்வியாமே, எங்க இப்ப உன் பலத்தைக் காட்டு! காலைக் கீழே ஊன்றி எழுந்திரிச்சு நில்லு! ம்..ம்..ம்.. மரியாதையா ஒத்துங்கோங்கடா... கொன்னுடுவேன் கொன்னு... போடா, போய் அந்த மரத்தைச் சுற்றி நட.. நட..' என்றபடி மீண்டும் கைக் கம்பை ஓங்கினான்.

பாதம் நிலத்தில் முழுமையாக ஊன்றப்படாமல் விரிந்தபடி இருக்க உடல் எடை தாளாமல் முட்டி இரண்டும் கழண்டு விட்டதைப் போல் ஆடியது. 'ஓவ்...' அடித் தொண்டையில் கத்தியபடி எழுந்து சாய்ந்து விழுவதைப் போல் முன்புறம் சுவரையும் அதை ஒட்டிய ஜன்னல் கம்பிகளைப் பற்றியபடி

கால்களுக்கு அதிக பாரம தராமல் கைகளால் தொங்கியபடி நடந்தேன். ஒவ்வொரு அடி எடுத்து வைப்பதற்கும் இரண்டு மூன்று முறை விழுந்து விடுவதைப் போல் தள்ளாடினேன். பாதத்தை கீழே ஊன்றும்போது ஏற்பட்ட மொத்த வலியையும் ஷ்.. ஷ்.. ஷ்.. என்றபடி உடல் முழுவதற்கும் வாங்கிக் கொண்டேன். மனம் ஸ்தம்பித்தது.

எனக்கு யாரால்? ஏன் இப்படி ஆனது? என்ற காரணம் எல்லாம் மறைந்து போய்விட்டது. போட்டிக்குத் தயார் என்று சொல்லிக் கொண்டு, ஆனால் கட்டி வைத்து அடித்து அதில் தன் பலத்தை நிரூபிக்க நினைத்த, செய்த அற்பத்தனமான ஸ்போர்ட்ஸ்மேனைத் திரும்பிப் பார்த்தேன். ஒரு ஐந்தாறு அடி தூரத்தில் நின்று ஏளனத்தோடு என்னைப் பார்த்துக் கொண்டிருந்தவனின் முகபவானை மாறியது. மென்மை என்று சொல்ல முடியாது. ஆனால் லேசாய் சிரித்தபடி இருந்திருக்க வேண்டும்.

என் பலமிழந்து போன உடலும், என்னைச் சுதாரித்துக் கொள்ள நான் எடுத்தக் கொண்ட முயற்சியும் என் முகத்தை இறுக்கமாக்கியிருக்க வேண்டும். சுவாசிக்க முடியாமல் மூச்சிரைத்ததால் என் வாய் மெல்லத்திறந்திருக்க வேண்டும். நீர் வற்றியும் வற்றாமலும் ஈரங்கசிந்த கண்கள் சிவந்திருக்க வேண்டும். என் கண்களை உற்றுப் பார்த்த அவன் அதில் எந்த அர்த்தத்தையும் உறுதிப்படுத்திக கொள்ள முடியாமல் பரபரத்தான். ஏதோ ஒன்று அவனைத் தூண்ட அப்பொழுது தான் வாயைத் திறந்தபடி மூச்சிரைத்துக் கொண்டிருந்த மீசைப் போலீசைப் பார்த்தான்.

அவன் இவனைக் கவனிக்காமல் மற்றவர்களைப் பார்த்துக கொண்டிருந்தான். அவன் இவனைப் பார்க்காமல் இருந்தது இவனுக்கு சந்தோஷத்தையும் கொடுத்திருக்க வேண்டும். ஏனெனில், தான் கலவரப்பட்டுப் போனதை அவன் பார்க்கவில்லை என உறுதி செய்து கொண்டு, உடனடியாகத் தன்னைத் தயார் செய்து கொண்டு, அவனது கண்களில் மிரட்சியும் குரூரமும் மிளிர கம்பை ஓங்கியபடி வந்தான். நிற்கவும் முடியாத நிலையில் எவ்வளவு தான் மிரண்டாலும் ஓட முடியாத நிலையில் சுவரோடு ஒட்டி ஜன்னல் இடைவெளியில் உள்ள கம்பிகளில் தலையை மோதிக் கொள்ளாமல் இருக்க கோபமாக இருக்க முடியாது. ஆனால் அமைதியாக முக்கல் முனகலுங்கூட இன்றி அழுத்தமாக நின்றேன்.

அடிப்பதற்கு கைக்கம்பை ஓங்கியவனின் கையையோ, கம்பையோ பார்க்காமல் நேருக்கு நேராக அவனது கண்களையே பார்த்தேன். என்னையே உறுத்துப் பார்த்த அவன் என்னை அடிக்கவில்லை என்பது இப்பொழுதும்

ஆச்சர்யம். ஆனால் பயந்தவனாகவோ பின்வாங்கிய நிலையையோ வெளிப்படுத்த விரும்பாதவனாக, கம்பை ஈட்டியைப் போல் பிடித்தபடி விலாவில் குத்தினான்.

'போடா போ, நாயே, முறைக்கிறாயா?' என்றான்.

விலாவை ஊடுருவி மூளையைத் தகர்த்தது அந்தக் குத்து. காலை அழுந்தத் தரையில் ஊன்றி நடந்து சென்று மரத்தடியில் விழுவதைப் போல் உட்கார்ந்தேன்.

எனக்கு முன்னரே தயராகி விட்டிருந்தான் ரவி. உணர்ச்சியை அல்ல, உயிர் இருப்பதாய்க் காட்டினாலே எங்கே அடி விழுமோ என்றெண்ணியோ அல்லது உண்மையிலேயே அவனால் வேறு வடிவத்தில் இருக்க முடியவில்லையோ தெரியவில்லை.

நினைத்துப் பார்க்கவே முடியாத நிலையில் இருந்தான் மொய்தீன்.

எங்களைவிட முன்பே போலீசிடம் அடி வாங்கியிருந்தாலும்,. லாடம் கட்டப்பட்டிருந்தாலும், சம்மட்டி அடியை அனுபவிக்காததால் நெல்சன் நன்றாகவே இருந்தான். ஆனாலும் எங்களுக்கு விழுந்த அடியைப் பார்த்துக் கொண்டிருந்தானாகையால் நெஞ்சு நடுங்கியிருக்க வேண்டும். அத்தோடில்லாமல் இதற்கெல்லாம் சேர்த்து ரவி வெளியில் வந்து என்ன செய்வானோ என்ற அர்த்தத்தோடு அவனைப் பார்த்தான். அதிலும் அவன் அச்சப்படுவதை ரவியும் நாங்களும் புரிந்து கொள்ள வேண்டும் என்ற வகையில் வெளிப்படுத்தினான்.

அவன் மீது கோபம் வரத்தான் செய்த்து. ஆனாலும் நமக்கே தெரிந்த வகையில் அந்தக் கோபம் பொய்க் கோபமாக, மிகையாக நடித்துக் காட்டப்பட்ட கோபமாகத்தான் தெரிந்தது. ஏனெனில் அது வெட்டிக் கோபம் என்பது நால்வருக்கும் தெரியுமே!

நாடி நரம்புகள் அனைத்தும் முடமாகி, எதனால் தொடங்கியது, என்ன செய்வது என்ற எந்தச் சிந்தனையும் முறையாக இயங்காத வகையில் முடமாக்கி, மூளை மழுங்கடிக்கப்பட்டு, அவர்கள் எதையெதை விரும்பினார்களோ, அவர்களுக்கு எப்படிப்பட்ட பதில் திருப்தியளிக்குமோ

அப்படிப்பட்டவைகளைச் சொல்லக் கூடியவர்களாக மாற்றியமைப்பதற்கான அவர்களது வழிமுறைகள் வெற்றி பெற்றுக் கொண்டிருந்தன.

அங்கிருந்த மரத்தில் சாய்ந்தபடி அமர்ந்திருந்தோம். கால்களை நீட்டிக் கொண்டேன். தொய்ந்து போன உடலை அதன் போக்கிலேயே விட்டுவிட்டேன். எதிரிலிருந்த எல்லாவற்றையும் பார்க்க முயற்சி செய்தேன்.

மீசைக்கார போலீஸ் ஸ்போர்ட்ஸ்மேனிடம் எதையோ சொல்லிக் கொண்டிருந்தான். அவன் சொல்வதைக் கேட்டபடியே, அவன் என்னையே பார்த்துக் கொண்டிருந்தான்.

'குமார், என்ன செய்யறது? கொன்னு போடுவானுக போலிருக்கிறதே' என்றபடி மெல்லப் பாதங்களை அழுத்திக் கொண்டிருந்தான் ரவி.

10

அதே கேள்வியைத் தானும் கேட்டதாக நினைவுப்படுத்தும் வகையில் மொய்தீன் பார்த்தான். அவனது திறந்த வாயிலிருந்து எச்சில் ஒழுகிக் கொண்டிருந்தது அவனுக்குத் தெரியவில்லை.

நெல்சன் எங்களுக்குப் பக்கத்தில் வந்து எங்களுக்கு உதவி செய்பவன் போல நின்று கொண்டான். அவனுக்கு உண்மையில் யாருக்கு என்ன உதவி செய்வது என்பதும் தெரியலில்லை, யாரும் அவனுடைய உதவியை ஏற்றுக் கொள்ளவும் முயற்சிக்கவில்லை.

ரவி கேட்டதற்குப் பதிலாகவோ, அல்லது எனக்குக் கூடத் தேவையானதாகவோ, 'ஆமாம், எதையாவது செய்யணும். இவனுக உண்மையிலேயே கொன்னுடுவானுக. இல்லையென்றாலும் பின்னால் கைகாலெல்லாம் வராமப் போயிடுங்க ரவி' என்றேன்.

எங்களில் யாருமே அழவில்லை என்பது எனக்கு ஆச்சர்யமே, பலவீனமான மொய்தீன் உட்பட. அடிவாங்கும்போது கத்துகிற சத்தத்தில் ஊரே கூடிவிடும் போலக் கத்துவான். அதற்கப்புறம் வலி தாளமலோ அல்லது மன வருத்தத்தினாலோ அவன் அழவில்லை.

சிறிது நேரம் கழித்து மீசைப் போலீஸ்காரன் வந்து, 'டேய், எழுந்திரிங்கடா' என்றார்.

மூவரும் தட்டுத் தடுமாறி எழுந்து நின்றோம். பாதங்கள் புண்ணானது போலிருந்தது. முழு பலத்தையும் இழந்து

மு.சந்திரகுமார் ᗉ 67

போனதைப் போலத் தடுமாறினோம். மரத்தைக் கட்டிப் பிடித்துக் கொண்டு கால்களுக்கு அதிக எடை தராமலிருக்க முயற்சி செய்தோம்.

'டேய், மூணு பேரும் இங்க வந்து வரிசையாய் நில்லுங்கடா' என்றார். 'ம்.. வா..' என்று கத்தினார்.

முழங்கால்கள் தளர்ந்த நிலையில் அடுத்து எங்கே மீண்டும் அடி விழுமோ என்ற பயத்தில் 'ஆ... ஊ..' என்று கத்தியபடியே முன்னால் ஓடினோம். மூவரில் யாருமே நேராய் நிற்கவில்லை. முழங்காலில் கையை ஊன்றியபடி தான் நின்றோம்.

அவன் வேலையைத் திருப்திகரமாகச் செய்த உணர்வோடும, 'ம்.. ம்.. தெரிஞ்சுட்டீங்களா எங்களைப் பத்தி? ஜாக்கிரதை! அய்யா வந்தார்னா உடனே உங்க மேலே கேஸ் போட்டு உள்ள அனுப்பச் சொல்றேன். மரியாதையா அவர்கிட்ட எல்லாத்தையும் ஒத்துக்குங்க. புரியுதா? இல்லைன்னா, இது மாதிரி இரண்டு முறை அடிபட்டீங்கன்னா காலைக் கணுக்காலோட வெட்டி விட வேண்டியது தான். அப்புறம் வாழ்க்கை பூராவும் பிச்சை தான் எடுப்பீங்க. புரியுதா? புரிஞ்சு நடந்துக்குங்க. இப்பக் கொஞ்ச நேரம் இந்த மரத்தைச சுற்றி வட்டமாச் சேர்ந்து ஓடுங்க. என்ன புரியுதா? இல்லைன்னா காலெல்லாம் இரத்தம் கட்டி அழுகிப் போய்விடும், ஜாக்கிரதை ஓடுங்கடா...ம்.. ம்.. ஓடுங்க' என்றார்.

அவர் முகத்தையே பார்த்துக் கொண்டிருந்தோம்.

'ம்.. ஓடுங்கடா' என்றபடி அவர் கம்பைத் துழாவினார்.

அப்புறம் தான் அவர் நிஜமாகவே ஓடச் சொல்கிறார் எனத் தெரிந்தது. தடுமாறித் தடுமாறி ஓடினோம்.

பாதங்களில் தோல்கள் இருப்பதாகவே தெரியவில்லை. தோலைப் பூராவும் அறுத்து எடுத்துவிட்டு மணலைப் போட்டு யாரோ அமுத்துவதைப் போலிருந்தது. 'ஆ..ஊ..' என்று கத்தியபடியே ஓடினோம். கண்களில் நீர் வடிந்தது எனக்கு. ஆனால் கால்கள் சேதம் அடையக் கூடாது என்பது வேறு கவனத்துக்கு வந்தது. ஒருவித தன்னார்வத்தோடு முயற்சி செய்து ஓடினேன்.

மணி மூன்றிருக்கும், அது வரையில் எங்களை யாரும் விசாரிக்கவில்லை. மற்ற போலீசாரும் எங்களை அழைத்துக்

கேட்கவில்லை. ஆனால் எல்லோரும் எங்களைப் பார்த்தபடி சென்றனர். ஒரு சிலர் எங்களை மிரட்சியுடன் பார்த்ததாகத் தெரிந்தது. அவர்கள் புதியவர்களோ, அல்லது தொடர்ந்து காணும் இந்தப் பயங்கரத்தை ஒத்துக் கொள்ள முடியாதவர்களோ, அதுவன்றி, அதைப் போன்ற ஒன்றையும் ஒரு முறையும் அனுபவித்தறியாமல் நாம் அனுபவிப்பதைப் போலவே அல்லது அதைக் காட்டிலும் அதிகமாகவோ கற்பனை செய்து கொண்டவர்களோ தெரியாது.

அவர்களைப் பார்க்கும்போது மொய்தீன் கெஞ்சுவது போலப் பார்ப்பான். ரவி நேரிடையாகவே, 'என்னங்க இது, கொல்றாங்க' என்பான். எனக்கு அவர்கள் எதையும் செய்ய முடியும் என்பதில் நம்பிக்கையுமில்லை, அப்படிப்பட்ட பார்வையை நான் விரும்பவுமில்லை.

லாக்கப் கதவைத் திறந்து எங்களை உள்ளே அனுப்பினார்கள். எங்களுக்கான உணவு அப்படியே வைக்கப்பட்டிருந்தது.

ரவி ஆச்சரியப்பட்டான். 'அட, எவனும் சாப்பிவில்லையா? சாப்பிட்டு விடுவீர்கள் என நினைத்தேன்' என்றான்.

எனக்கு அப்பொழுது தான் சாப்பாடே நினைவு வந்தது. பிக்பாக்கெட் நண்பர்கள் எங்களை அமைதியாகப் பார்த்தனர். 'டிஸ்கோகாடு' எங்களுக்காக இரக்கப்படுவதை வெளிப்படையாகவே காட்டினான். 'சாப்பிடுங்க.. சாப்பிடுங்க' என்றான்.

அனுபவஸ்தர்கள் கால்களை தொப் தொப்பென்று அடிக்கச் சொன்னார்கள். கால்களை ஒரு கால் மாற்றி ஒரு கால் மீது நிற்கச் சொன்னார்கள். ஒவ்வொன்றையும் செய்யும் போது மீண்டும் அடிபட்டதைப் போலிருந்தது. ஆனாலும் ஒரு மெல்லிய இதமான உணர்வும் உடனிருந்தது.

ஆவேசமாக உணவை உண்டோம். இப்பொழுதெல்லாம் உணவை வேஸ்ட் செய்யாமல் இடையில் குடிப்பதற்கு நீரில்லாமலேயே உண்ணக் கற்றுக் கொண்டேன். இதில் மொய்தீனுக்கு ஒரு வகைப் பழக்கமிருந்தது. சாம்பாரில் வரும் மிளகாயை வேஸ்ட் செய்யாமல் ஊறுகாயாக நினைத்து கடித்துக் கொள்வது இங்கு அனைவருக்குமே பழக்கம் தான். ஆனால் எல்லோரும் மிளகாயை ஒரு கடி கடித்துக் கொண்டு பின்னர் உணவை அள்ளி வாயில் போடுவது

வழக்கம். ஆனால் மொய்தீன் மட்டும் முதலில் வாய் நிறைய சோற்றை அள்ளிப் போட்டுக் கொள்வான். இரண்டாவதாக மிளகாயைக் கடித்துத் துண்டு பண்ணுவான். அந்தச் சூழ்நிலையிலும் அது ரவிக்குக் கோபத்தை உண்டு பண்ணியது. கையை ஓங்கினான். சற்றே குனிந்து விலகிக் கொண்ட மொய்தீன் அப்பால் திரும்பி அமர்ந்து கொண்டான்.

நெல்சன் ஏதோ கல்யாண வீட்டில் அமர்ந்து சாப்பிடுவதைப் போல சப்பணமிட்டு அமர்ந்து தலையைக் குனிந்தபடி சாப்பிட்டான்.

நான் சாப்பாட்டு ஆர்வத்தில் கொஞ்சம் கால் வலியைக் குணப்படுத்த முயற்சி செய்தபடி குத்த வைத்து உட்கார்ந்தபடியே சாப்பிட்டு முடித்தேன்.

தொடர்ந்து ஏழு நாட்களாகி விட்டது. குண்டூரில் எங்களுக்குத் தெரிந்தவர்கள் என்ற வகையில் மணி மட்டும் வந்து எங்களைப் பார்த்துச் சென்றார். அதுவும் ஒரேயொரு முறை, சையத் கரீம் மீதும் நம்பிக்கையிழந்து விட்டோம். அரண்டு மிரண்டு கதறித் துடித்து, பசித்து, பின் அங்கேயே கிடைத்ததைப் புசித்து ஒரு வாரம் ஓடி விட்டது.

என்ன நடக்கிறது என்பது புரியத் தொடங்கி விட்டது. ஒரு குறிப்பிட்ட திருட்டு வழக்கிற்கான திருடர்களாக போலீஸ் எங்களை நிர்பந்திக்கிறது அல்லது உண்மையாகவே திருடர்களாக நினைக்கிறது.

எங்களில் யாரும் அதைச் செய்யவில்லையென்று எங்களுக்கு உறுதியாகத் தெரியும். ஆனால் நாங்கள் திருடர்களல்ல என்பதைக் கூட நாங்கள் எப்படி மெய்ப்பித்துக் கொள்வது என்பது எங்களுக்குத் தெரியவில்லை.

அவர்களுக்கு அடிப்பது ஒன்றைத் தவிர வேறெதன் மீதும் நம்பிக்கையில்லை. விசாரணை என்பதே அவர்களுக்கு அடிப்பது என்ற ஒன்றாக மட்டுமே தெரிந்தது. தடய அறிவியல் பற்றியெல்லாம் அவர்கள் சிந்திக்கிறார்களா, அல்லது நமது நிலையிலிருந்து நம்மைப் பற்றி அவர்கள் சிந்திக்கிறார்களா, இல்லையா என்பதெல்லாம் எதுவும் தெரியவில்லை.

இந்த நிலையில் இப்படியே போனால் எத்தனை நாள் நாம் இப்படி அடி வாங்குவது என்று யோசித்தோம். உள்ளூர் ஆசாமியொருவர் ஐம்பது நாட்களைத் தாண்டிக்

கொண்டிருந்தார். எதற்காக வைத்துக் கொண்டிருக்கிறார்கள் என்றே தெரியவில்லை. இப்படியே தொடர்ந்து நாமும் இருந்தால் என்ன ஆவது? எப்பொழுது வெளியில் செல்வது? அல்லது இன்ஸ்பெக்டர் சொல்வது போல் கொன்று ரயில் ரோட்டில் போட்டு விட்டு அநாதைப் பிணம் என்று எடுத்துப் புதைக்கச் சொல்லி விடுவார்களா? கால்களை இழந்து போய் வாழ்நாளெல்லாம் பிச்சையெடுப்பதா? அல்லது இன்ஸ்பெக்டர் கேட்கிறபடி ஒத்துக் கொள்வதா? இப்படியெல்லாம் விவாதித்துக் கொண்டோம்.

ஏறத்தாழ ஒத்துப் போய்விடுவது என்று முடிவெடுத்தான் மொய்தீன்.

'சரி, ஒத்துக் கொள்வது என்றால் பொருட்களைக் கேட்டால் என்ன செய்வாய்?' என்றான் ரவி. இருந்திருந்து அவனுக்கு நெல்சன் மேல் கோபம் கோபமாய் வந்தது. எட்டி உதைத்து விட்டு, 'ஐயோ,..' என்றபடி உட்கார்ந்தான்.

நெல்சன் காத்திருந்தது தான் கிடைத்தது போல் அமைதியாக இருந்தான்.

மொய்தீன் தீவிரமாக, 'விடுய்யா, வெளியில போய் இவனைப் பார்த்துக்கலாம், இப்ப என்ன பண்றது?' என்றான்.

அன்று அடி வாங்கிட்டு உணவு உண்ணும் போதே எனக்கு ஒருஎண்ணம் தோனுச்சு. நாயிகள்ளாம் அடித்துக் கொல்றானுக. ஆனா சோறு வாங்கித் தர்றானுக. ஏன், இவனுக இவ்வளவு அடிக்கிறதுக்குப் பதிலா சோத்தைக் கட்டுப்படுத்திட்டாலே போதாதா? அதுவே சித்ரவதை தானேன்னு நெனைச்சிருந்தேன். இதன் கூடவே தோனியது என்னவென்றால், இந்தச் சோறு போடலீன்னா வெறும் வயிறாகக் கெடந்து இவனுக அடிக்கிற அடியில செத்துப் போயிடுவோம்னு நெனைச்சுத்தான், போடறானுக அதே சமயம் ஒரு நேரம் மட்டும் சாப்பிடறதுக்குக் கொடுக்கிறானுகன்னு. சுவை இருக்குதோ இல்லையோ, நாங்களும் சாப்பிட்டுவிடுகிறோம். ஆனா ஓரளவு சோறு இருக்கத் தானே செய்யுது! இந்தச் சோற்றையும் சாப்பிடாம விட்டுட்டா இத்தனை அடி வாங்க வேண்டியதில்லை. அடிச்சாலும் உடனே மயக்கமாவது வந்துடும். வலியாவது தெரியாம இருக்குமே என்றெல்லாம் நினைத்துக் கொண்டே

சாப்பிட்டேன். அதைப் பற்றியெல்லாம் இப்ப அவங்க கிட்டச் சொல்லிவிட்டுக் கூடவே பகத்சிங்க வாழ்க்கை வரலாறு படிக்கும்போது அவருடன் இருந்தவர்களெல்லாம் எப்படி உண்ணாவிரதம் இருந்தார்களென்றும், வெள்ளை அதிகாரிகளையே அவர்கள் எப்படி ஆட்டிப் படைச்சாங்கன்னும் அவர்களுக்குச் சொன்னேன்.

எப்படியோ ரவி, நாம் அடி வாங்கிறதை இங்கு தடுக்கிறவங்க யாரும் இல்லை. இப்படியே இங்க அடி வாங்கிட்டு இருக்கிறதைக் காட்டிலும் நாம் நாலு பேரும் நாளைக்கு மத்தியானம் சாப்பாடு வேண்டாம்னு சொல்லி விடலாம். என்ன நடந்தாலும் சரி. எங்களை வெளிய விடு அல்லது கோர்ட்டுக்குக் கூட்டிட்டுப் போ அப்படின்னு சொல்லிரலாம். உறுதியா இருந்தம்னாப்போதும். அப்புறம் என்ன நடக்குன்னு பார்க்கலாம்' என்றேன்.

மொய்தீன் உடனே, 'அடிச்சாங்கன்னா?' என்றான்.

'இன்னைக் காலையிலிருந்து நீ அடி வாங்கலையா? உன்னால தடுக்க முடிந்ததா? இல்லையல்லவா? அப்புறம் என்ன? சும்மா அடி வாங்கறதை விட ஏதாவது ஒண்ணு செய்யலாம்' என்றேன்.

நாங்கள் நால்வரும் தமிழில் பேசிக் கொண்டதால் சுற்றியிருந்தவர்களுக்கு எதுவும் புரியவில்லை. ஆனால் ஏதோ தீவிரமான முடிவுக்கு வந்து விட்டோம் என்பதை மட்டும் புரிந்து கொண்டார்கள். அவர்களுக்குள் ஏதேதோ பேசிக் கொண்டார்கள். எப்பொழுதும் போல் அல்லாமல் நாங்கள் ஒருவரையொருவர் ஒட்டியும், மற்றவர்கள் தனித்தும் படுத்துக் கொண்டோம்.

ரவியும் மொய்தீனும் தொடர்ந்து மாற்றி மாற்றிக் கேள்விகள் கேட்டனர். ஏதோ முன் அனுபவஸ்தனைப் போல் பதில் சொல்லிக் கொண்டிருந்தேன். முடிவாகவும் உறுதியாகவம் என்னால் நான் திருடினேன் என ஒத்துக் கொள்ள முடியாது என்றேன். அதுவும் இவர்கள் என்னை அடித்த அடியோடு நான் ஒத்துப் போக முடியாது என்றேன். நாளைக்கு நான் உண்ணப் போவதில்லையென்று முடிவாகச் சொன்னேன்.

ரவியும், மொய்தீனும் நெல்சனும் சாப்பிடுவதில்லையென முடிவு செய்தனர். சிறிது நேரம் போயிருக்கும் மொய்தீன்,

'இந்த ஐடியாவை யார் உனக்குச் சொன்னது என்று கேட்டால் என்ன சொல்வது?' என்றான்.

'நான் தான் என்று சொல்' என்றேன்.

அன்று இரவு வெகுநேரமாகியும் தூக்கம் பிடிக்கவில்லை. ஸ்போர்ட்ஸ்மேனையும் இன்ஸ்பெக்டரையும் நேருக்கு நேர் நின்று சந்தித்தேன். ரணமாகிப் போன கால்கள், தலை நிலத்தில் மோதியதால் இந்த இடம் தான் என்று தெரியாமல் தலை முழுவதும் விண்ணென்றிருந்தது. தொடையையும் கணுக்கால்களையும் வருடிக் கொண்டே உறங்கிப் போனேன்.

11

அன்றைய தினத்தின் துவக்கத்தில் எந்த மாற்றமுமில்லை. ஒவ்வொரு நாளும் போலவே தான் இருந்தது. ஆனால் நாங்கள் நால்வரும் அதிகம் பேசிக் கொள்ளவில்லை.

ரவி சில நேரங்களில் மெல்ல முனகியபடி கால்களை ஊன்றி குறுக்கும் நெடுக்குமாக நடந்தான். ஜன்னல் வழியாக எதையோ உற்று நோக்கினான். திடீரென்று திரும்பி எங்களைப் பார்ப்பான். அதிலும் ஒவ்வொரு முறையும் யாரோ ஒருவரை உற்றுப் பார்ப்பான். பின் நிதானமாகவும் அமைதியாகவும் திரும்பிக் கொள்வான்.

நெல்சன் யாரையும் நிமிர்ந்து பார்க்கவில்லை. முழங்கால்களுக் கிடையில் முகத்தைப் புதைத்தபடியே புருவத்தை மட்டும் உயர்த்தி நிமிர்ந்து பார்ப்பான். அவனைப் பார்ப்பதற்குப் பரிதாபமாக இருந்தது. முகம், மரணபயத்தில் இருக்கும், அவனது மனதைப் பிரதிபலித்தது.

மொய்தீன் சில சமயம் உற்சாகமாகவும் சில சமயங்களில் எதிர்பாராத மிரட்சி யும் அடைந்தான். சில சமயங்களில் ஏதோ உற்சாகமான பாட்டை முணு 0முணுத்தான்.

என்னாலும் எதையும் பேச முடியவில்லை. குறிப்பாக அன்று மட்டும் காவலர்கள் அதிக நேரம் ஜன்னல் வழியாக எங்களை நோட்டமிட்டதாகத் தோன்றியது. எங்களில் ஒவ்வொருவரையும் தலை முதல் கால் வரை உற்றுப் பார்த்தது

போலிருந்தது. நேருக்கு நேர் அந்தக் கண்களை சந்திக்க முடியாமல் திணறினேன். ஒருக்கால் நாம் நேற்றுப் பேசியது அவர்களுக்குத் தெரிந்திருக்குமோ? இங்கு தான் யாருக்கும் தமிழ் தெரியாதே! சுவற்றுக்கு அப்பாலிருந்து யாராவது ஒட்டுக் கேட்டிருப்பார்களோ! என்ன என்ன நடக்கும் எனவெல்லாம் ஒரு நூறு விதமாகக் கற்பனை செய்து கொண்டு, ஆனால் அமைதியாக இருந்தேன். முன் அனுபவஸ்தர்களும் கூட அமைதியாக இருந்தனர் போலிருந்தது.

பதினோரு மணி சுமாருக்குத் தான் பிறந்ததே தவறான வழி முறையிலாயிருக்கும் என்று தன் பெற்றோரை சபித்தபடி வந்தான் சாப்பாடு கொண்டு வரும் கிழவன். லாக்கப்பிற்கு யாரையாவது கொண்டு வந்தாலோ அல்லது வெளியேற்றினாலோ அதிகபட்சம் அவனுக்குத் தெரியாமல் இருப்பதில்லை. ஆனாலும் ஒவ்வொரு நாளும் உள்ளிருக்கும் கைதிகளின் எண்ணிக்கையை மிகச் சிரத்தையோடு யாரைத் திட்டுகிறான் அல்லது என்ன சொல்கிறான் என்பதே புரியாதபடி முனகிக் கொண்டே உற்றுக் கவனிப்பான். வெகு நேரம் பார்த்த பின்னும் எத்தனையோ என்று கேட்பான். யார் எதைச் சொன்னாலும் அவனே உணர்ந்த விஷயமாக கணக்கெடுத்துக் கொண்டு போவான்.

அன்றும் அப்படியே செய்தான். அவன் எண்ணும் பொழுது நாங்கள் யாரும் எங்களுக்கு சாப்பாடு வேண்டாம் என்று சொல்லவில்லை. கிழவன் போன பின்பு மிகச் சாவகாசமாகத் திரும்பி என்னைப் பார்த்தபடியே அருகே வந்த மொய்தீன், 'குமார், சாப்பாட்டுக் கிழவன் நமக்கும் சேர்த்துத்தான் சாப்பாடு வாங்கிட்டு வருவான். நீ ஏன் சாப்பாடு வேண்டாம்னு சொல்லவில்லை?' என்றான்.

மெல்லத் தலையை அசைத்தபடியே, 'வரட்டும், வரட்டும்' என்றேன். மெல்லச் சொல்லிக் கொள்ளலாம் என்பதைப் போல.

உண்மையில் நான் அப்பொழுதே எங்களுக்குச் சாப்பாடு வேண்டாம் என்று சொல்லியிருந்தால் உண்மையில் பிரச்சனை தொடங்கியிருக்கும். பிரச்சனையைத் தொடங்குவதற்கு அச்சப்பட்டுத்தான் பேசாமலிருந்து விட்டேன். எப்படியும் சிக்கலாகத் தான் இருக்கும் என்று தெரியும். ஆனாலும் கிடைக்கின்ற அவகாசம் கிடைக்கட்டுமே. அதுவரையிலாவது அடி வாங்காமலிருக்கலாமே என நினைத்துக் கொண்டேன்.

ரவியும் அதே முடிவில் இருப்பவனைப் போலத்தான் இருந்தது. ஜன்னலில் தெரிந்த முகத்திடம், 'குரு, ஒரு பீடியிருந்தால் கொடு' என்றான். குரல் பிசிறின்றியும், ஆனால் சற்றே சத்தம் அதிகம் போலவும் தெரிந்தது. குரலுக்குச் சொந்தக்காரன் அறிமுகமானவனோ என்று ஆராய்ச்சி செய்தபடியே கை பீடிக்கட்டை எடுத்தது. அவன் ஒரு பீடி எடுப்பதற்குள் மொய்தீன் மெல்ல எழுந்து ஜன்னல் அருகில் சென்று பார்வையாலும் விரலாலும் கேட்டான். அவனுக்கும் ஒரு பீடி கொடுத்தபடி மற்றவர்களுக்கும் வேண்டுமா என்பதைப் போல் உள்ளே பார்த்தான். இன்னொருவன் எழுந்திருக்க ஆள் கணக்கைப் போட்டு ஆளுக்கு ஒன்றைக் கொடுத்து விட்டுப் போனான்.

திடீரென பீடி கேட்டுக் கேட்டபடி கிடைத்துவிட்ட திருப்தியில் ரவி பீடியைப் பற்ற வைக்க நெருப்புக்காக நின்ற மொய்தீனை அற்பமாகக் கவனித்தபடியே நெருப்பைக் கொடுத்தான். மற்றவர்களும் பற்ற வைத்துக் கொள்ள நெல்சன் அவர்களிடம் நெருப்பு வாங்கிக் கொண்டான். எல்லோருமே கலகலப்பாய்ப் புகைத்தனர்.

மணி இரண்டிருக்கும். சாப்பாட்டு மூட்டையைச் சுமந்தபடி வந்திருந்த கிழவனுக்கு மூச்சிரைத்தது. நெற்றியிலிருந்து வியர்வை கொட்டியது. சாப்பாடு வந்துருச்சு என்றபடி எழுந்தவர்கள் ஜன்னலைப் பார்க்க, கிழவன் தன்னுடைய கடுமையான உழைப்புக்குக் கிடைத்த பலனை அந்தக் குரல்களுக்கான முகங்களைப் பார்த்தபடியே கதவுச் சந்தை கைகாட்டியபடி சுற்றி வந்தான்.

ஒவ்வொருவரும் ஓடிச் சென்று அவனவனுக்கான உணவுகளை அவர்வர்களே வாங்கிக் கொண்டார்கள். நாங்கள் நால்வரும் கூட எழுந்து நின்று கொண்டு முகத்தை முகம் பார்த்துக் கொண்டோம். மீதமிருக்கும் பொட்டலங்களில் ஒன்றை நீட்டியபடியே கிழவன் ஆச்சர்யத்துடன் உள்ளே பார்த்தான். பிடியுங்கடா என்றது அவனது பார்வை. சற்றே தாமதித்து விட்டு கிழவனுக்கு பதில் சொல்ல வேண்டுமே என்ற காரணத்துடன் போய் உணவை வாங்கிக் கொண்டேன். நெல்சன் மற்ற மூன்று பொட்டலங்களையும் வாங்கிக் கொண்டான். அதற்குள் பொட்டலத்தைப் பிரித்து விட்டவர்கள் எங்களையே பார்த்துக் கொண்டிருந்தனர். 'டிஸ்கோ' கண்களில் குறுகுறுப்பும் ஆச்சர்யமும் அச்சமும்

கலந்த உணர்வுடன் பரக்கப் பரக்கப் பார்த்தான். அர்த்தமுள்ள பார்வையை மற்றவர்கள் மீது ஓட்டினான்.

பழைய ஆள் நிதானமாக சாப்பிடத் தொடங்கியபடியே எங்களைப் பார்த்து, 'ஏன், சாப்பிடவில்லையோ?' எனக் கேட்டுவிட்டு, 'சாப்பிடுங்கள்' என்றான். ஏதோ நாங்கள் சாப்பிட மாட்டோம் என்பதைச் சொல்லிவிட்டதைப் போல.

பொட்டலத்தை மூலையில் வைத்தேன். பாதுகாப்பாக மற்றதையும் அதே போல் வைத்தான் நெல்சன். ரவி ஜன்னலுக்குச் சென்றான். என் இடத்தில் நான் திரும்பவும் அமர்ந்து விட்டேன்.

நெல்சன் அமைதியும் இறுக்கமுமானான். மொய்தீன் மட்டும் எங்களைப் பார்வையால் அலசியபடியே மற்றவர்களுக்குப் பதில் சொல்லத் தொடங்கினான்.

'நாங்கள் இன்னைக்கு சாப்பிடப் போறதில்லை. எங்களை வெளியில் விடச் சொல்லி இன்ஸ்பெக்டர் கிட்ட கேட்கப் போறோம். சும்மா எதுக்கு அடி வாங்கிச் சாகறது? எங்களை வெளியில விடற வரைக்கும் நாங்க சாப்பிட மாட்டோம்'. தொடர்ந்து மெல்லிய குரலில் எல்லோருக்கும் விளக்கமாக சொல்லிக் கொண்டிருந்தான்.

டிஸ்கோ எங்களைப் பார்த்து பிரமித்தான். எல்லோரும் அவசரமாய்ச் சாப்பிடுவதைப் போலிருந்தது.

பழைய ஆள் மெல்லச் சொன்னான். 'கொன்னுடுவானுக'

நானும் அது நடக்கும் என்றே நினைத்தேன். காதோரத்து மயிர் சிலிர்த்துக் கொண்டது. இதயத் துடிப்பு வேகமாகி தப்புத் தப்பாய் அடித்துக் கொண்டது.

ரவி எழுந்து வந்து பக்கத்தில் அமர்ந்து கொண்டான்.

மொய்தீன் மெல்ல நடந்து ஜன்னலருகே சென்று விட்டு சுவற்றில் சாய்ந்து உட்கார்ந்து கொண்டான். நெஞ்சு நிறையக் காற்றிழுத்து விட்டு வெளியில் விடும்போது வாயை உப்ப வைத்துச் சின்ன சத்தத்துடன் காற்றை வெளியில் விட்டான்.

முதலில் ஒதுக்கி வைத்த கறிவேப்பிலை, மிளகாய் போன்றவற்றை கடைசியாக சாப்பிட்டு முடித்தார்கள். இலையை மடக்கி விட்டு அதே பேப்பரில் கை துடைத்துக்

கொண்டு பார்வையாலேயே தண்ணீர் கேட்கும் படி சொல்லிக் கொண்டார்கள்.

நாவால் உதடுகளைத் துடைத்தபடி டிஸ்கோ எழுந்து கதவுச் சந்து வழியாக, 'சார், சார், தண்ணி கொடுங்க' என்றான். கொஞ்ச நேரம் கேட்டுக் கொண்டே இருந்தான்.

'கிழவன் தண்ணீர் கொடுக்கவில்லையா? என்று கேட்டபடி ஒருவர் தண்ணீர் செம்பு கொண்டு வந்து கொடுத்தார். கொடுத்துவிட்டு எப்பொழுதும் போல் உள்ளே எல்லோரையும் ஒரு பார்வை பார்த்துவிட்டு திரும்பும்போது 'சார், இவனுக சாப்பிடலீங்க' என்றான் டிஸ்கோ.

ஏன் என்று தலையசைத்தார்.

'இல்லைங்க, சாப்பாடு வேண்டாங்க' என்றபடி எழுந்து நின்றேன். நாடக நடிகனைப் போல ஒரு கை வயிற்றுக்கும் இன்னொரு கை வாய்க்கும் சென்றபடி, 'சாப்பிடலீங்க, எங்களுக்கு வேண்டாங்க' என்றேன்.

பக்கவாட்டில் சாய்ந்து பொட்டலங்களைப் பார்த்து உறுதி செய்து கொண்டார்.

பழைய ஆளைத் தவிர மற்ற மூவரும் கதவருகே வந்து தெலுங்கில் ஏதோ சொன்னார்கள்.

'அவங்க சாப்பிட மாட்டாங்களாம்' என்றபடி எங்களை உற்று நோக்கினார்கள்.

போய்விட்டார் எனத் தெரிந்தது. அவர்கள் மூவரும் குறுக்கும் நெடுக்குமாய் உலவினர். கதவருகே கேட்கும் காலடிச் சத்தத்திற்காகக் காத்திருந்தேன்.

ஜன்னலருகே அதே முகம், கம்பிச் சன்னலில் சாய்ந்தபடி, 'என்னப்பா? சாப்பிடுங்க' என்றார்.

'நாங்க எந்தத் தப்பும் செய்யலீங்க. எங்களுக்குச் சாப்பாடு வேண்டாங்க' என்றேன்.

வாயைப் பிளந்தபடி நின்று பார்த்துக் கொண்டிருந்தார். திடீரென யாரோ அழைத்ததைப் போலத் திரும்பிச் சென்றார்.

'இவன் போய் இன்ஸ்பெக்டர் கிட்ட சொல்லுவான் பார்' என்றான் மொய்தீன்.

ரவி, 'இன்ஸ்பெக்டர் இல்லை' என்றான்.

கொஞ்ச நேரம் அமைதி. மொய்தீன் மட்டும் ஏதோ முணுமுணுத்தான்.

சுவற்றின் மூலையில் அமர்ந்திருந்த பழைய ஆள் மட்டும் எங்களையே பார்த்துக் கொண்டிருந்தான். மற்ற மூவரும் மிக மெல்லமாக, ஆனால் திரைக்கதையைப் பற்றிப் பேசுவதைப் போலப் பேசிக் கொண்டிருந்தார்கள். கதவுப் பக்கம் காலடிச் சத்தம் கேட்டாலே எல்லோருக்கும் பேச்சு ஒரு முறை நின்றது.

நான் அமைதியாக இருக்க முயற்சி செய்தபடி நண்பர்களுக்குத் தெரியாமல், ஆனால் மிகக் கவனமாக கவனித்துக் கொண்டிருந்தேன்.

வெகுநேரமாகியும் யாரும் வரவில்லை. மேற்படி விஷயம் கவனத்திலிருந்து விலகியது. ஆட்கள் சகஜமானார்கள். பீடிக்காக ஏங்கினார்கள். ஜன்னலில் யாராவது தெரிகிறார்களா என்று பார்த்தனர். திடீரென்று சுந்தரம் என்பவனின் அம்மா வந்திருப்பதாகக் கூறினார்கள்.

நான் எப்பொழுதும் ஜன்னலருகே செல்வதில்லை.

ஆனால் சென்ட்ரி போலீஸ் அந்தம்மாவை உள்ளே விடவில்லை எனத் தெரிந்தது.

கீழே அமர்ந்தபடி ஜன்னல் வழியாகப் பார்த்தால் ஐந்தடி தூரத்தில் உள்ள காம்பவுண்டுச் சுவரும், அதற்கும் மேலாக கூரை மீது கவிழ்ந்தாற் போல் வானமும் தான் எப்பொழுதும் தெரியும் காட்சி. வானம் இன்னமும் பளிச்சென்றிருந்தது. ஆனால் காற்று குளிர்ந்திருப்பதை உணர முடிந்தது.

நான் ஜன்னலை அடைத்துக் கொண்டு நிற்காதீர்கள் என சொல்ல நினைத்தபோது, எல்லோரும் சரேலெனப் பின்வாங்கினர்.

வெள்ளைச் சட்டையில் போலீஸ் ஏடோ, ரைட்டரோ எட்டிப் பார்த்தார். அவரது பார்வை நேராக மூலையில் வைத்திருக்கும் உணவுப் பொட்டலங்களில் பதிந்தது. மற்ற மூவரும் விலகிக் கொள்ள, எங்கள் நால்வரையும் மாற்றி மாற்றிப் பார்த்தார். பார்வையாலேயே கேட்டார், வேண்டாம் என்கிற மாதிரி தலையசைத்தேன். ஏறத்தாழ நெல்சனைத் தவிர மற்ற மூவரும் தலையசைத்தோம். கொஞ்ச நேரம்

பார்த்துவிட்டுப் போய்விட்டார். மீண்டும் அமைதியாக, இதயம் படபடக்கத் தொடங்கியது.

மொய்தீன் சோகமானான். இப்பொழுது பசியாவதை உணரத் தொடங்கினேன். ரவி அலைந்தபடியே வயிற்றைத் தடவினான். ஏற்கெனவே ஒட்டிய வயிறு, நிமிர்ந்து வளைந்த முதுகும் கொண்ட அவனது வயிறும் ரொம்பவும் உள்ளடங்கி விட்டது போல் தெரிந்தது. செம்புத்தண்ணீரை எடுத்துக் குடித்தபடியே 'உனக்கு வேண்டுமா' என்றான்.

அப்பொழுது தான் தெரிந்தது. தண்ணீர் குடித்தும் கூட வெகு நேரமாகி விட்டிருந்தது. இருந்ததை நால்வரும் குடித்து முடித்தோம். மொய்தீன் மட்டும் கொஞ்ச நேரம் வாய் முழுதும் தண்ணீரை வைத்துக் கொண்டிருந்து விட்டுக் குடித்தான்.

பழைய ஆள் ரவியையும் என்னையும் அழைத்து மெல்லமாகச் சொன்னான். 'இன்ஸ்பெக்டர் வரும் நேரமாகி விட்டது. சாப்பாடு வேற காய்ஞ்சு போகுது' என்றான். 'கொன்னு போடுவான். நைட்டில் நேரங்கழித்து வந்தான்னா தண்ணி போட்டுட்டு வருவான். கண்ணை மூடிட்டு அடிப்பான். நீங்க வேற சாப்பிடல. கீழேகீது விழுந்திட்டீங்கன்னா எழுந்திருக்கறதுக்குள்ளே போட்டு மிதிப்பான்' என்றபடி அவனது கணுக்காலைக் காட்டினான். மூட்டின் மீது ஷூ காலால் மிதித்து பிய்ந்து போன காசகலக் காயம் தெரிந்தது. இரண்டு கால்களிலும் வரிக்குதிரை மேலிருக்கும் வரிகளைப் போல, சூடு போட்டதைப் போலிருந்தது. கால்கள் முன் போல வேகமாக மடக்கி விரிவதில்லை என்றான். அவனது விலா எலும்புகளுள் ஒன்று முறிந்து உள்ளுக்குள் குத்துவது போல அவ்வப்பொழுது வலிக்கும் என்றான். சராசரியான இளைஞனுக்கான உடல்வாகு இருக்க வேண்டிய அகலம் அவனது மார்பு இருந்தது. ஆனால் தொடைகள் இரண்டும் சூம்பி விட்டதைப் போல சிறுத்திருந்தது. கைகளும் குச்சியைப் போலிருந்தது. அவன் உள்ள வந்து ரெண்டு மாதங்கள் இருக்கும் என்றான். நானும் கவனித்தேன். அவன் நாள் முழுதும் உட்கார்ந்தபடியே இருப்பான். முகம் சவம் போல் வெளுத்துக் கிடந்தது. தாடைகள் ஒட்டியிருந்ததால் கண்கள் பெரியதைப் போல் தோற்றமளித்தன. 'நான் வெளியே போனாலும் எப்படிப் பிழைப்பேன் என்று தெரியல. செத்து விடுவேன் போலிருக்குது. கம்முனு சாப்பிடுங்க. கேஸ் ஒத்துக்கோங்க. ஜெயிலுக்கு போயிருங்க. அங்கிருந்து

உங்களுக்குத் தெரிஞ்சவங்க மூலமா ஜாமீன்ல போயிடுங்க. இங்க இவனுக கொன்னு போடுவானுக. இன்ஸ்பெக்டர் ஷ்யாம்சுந்தர் ஒரு காட்டுமிராண்டி, அவன் வர்றதுக்குள்ளளாற சாப்பிட்டுருங்க' என்று சொன்னான்.

ரவி அவன் சொல்வதையெல்லாம் எனக்குத்தமிழில் சொல்வான். மொய்தீனும் பக்கத்தில் வந்தமர்ந்தபடி கேட்டுக் கொண்டிருந்தான். தூரத்தில் இருந்தபடியே நெல்சன், 'மொதல்ல என்னைக் கொன்னுருவான். அல்லது அடித்து என் கால் இரண்டையும் ஒடைச்சு ரயில் ரோட்டுல போட்டிருவான். மொதல்ல எனக்குத் தான் உண்டு' என்று அச்சந்தொனிக்கும்படி கூறினான். அவங்கம்மாளைத் திட்டினான். அவங்கப்பாவின் அம்மாளைத் திடினான். எதுக்குத்தான் அந்தப் பார்த்த படத்துக்கே செகண்ட் ஷோவுக்குப் போனேனோ என்றபடி அங்கலாய்த்தான்.

மொய்தீன் மெல்லமாக, 'முதலிலேயே அவனுக்கு என்னைப பிடிக்காது. இப்ப சாப்பிட மாட்டேன்னு வேற சொன்னா மொதல்ல என்னை ஒரு வழி பண்ணிவிட்டுத்தான் மத்தவங்களை கவனிப்பான்' என்றான்.

அப்பொழுது ரவி, 'அப்படியெல்லாம் ஒண்ணும் ஆகப்போறதில்லை. நெல்சன் சின்னப் பையன், அவனை விட்டுருவான். உன்னுடைய கைகால் வீக்கமெல்லாம் இன்னும் குறையவில்லை. அதிலும் உன்னை அடிக்க நீ செத்துருவியோன்னு விட்டுருவான். ஒருக்கால் நீ கத்துகிற கத்துல வேணுமின்னா எரிச்சல்பட்டு அடிப்பான். குமாருக்கு தெலுங்கு தெரியாதுன்ன அவன்கிட்டப் பேச முடியாம என்னைத் தான் கேள்வி கேட்டுக் கொல்லப் போறான். முதலில் இருந்தே இந்த கேங்குக்கு நான்தான் தலைவன்னு நினைச்சுக்கிட்டிருக்கான். நான் இன்னைக்கு முடிஞ்சேன்னு நெனைக்கிறேன். ஆனால்...' என்று நாக்கை மடித்து முஷ்டியை மடக்கிக் கொண்டு நெல்சனின் சட்டையைப் பிடித்து இழுத்து அவனது வம்சம் முழுவதையும் அழைத்து விட்டு, 'உயிரோட நான் வெளியில வந்துவிட்டேன்... மகனே, என் கண்ணில் படாம ஓடிடு இல்லை, உன்னை கொன்னுருவேன்' என்றான்.

இதற்குள் நானும் மொய்தீனும் குறுக்கில் சாய்ந்து தடுத்து விட்டோம்.

இன்ஸ்பெக்டர் வரும் நேரத்தை எதிர்பார்த்து அச்சப்பட்டுக் கொண்டு இருந்ததினாலும், ஏதோ ஒரு முடிவுக்கு எதிர்பார்த்ததாலும் மாலை மறைந்தது. ஆனால் நாங்கள் நால்வரும் உறங்கத் தயாரில்லை. அறைக்கு வெளியே நடக்கின்ற அனைத்து நிகழ்வுகளும் எங்களைப் பற்றித்தான் என்பது போல இருந்தது. கனத்த காலடிச் சப்தங்கள் யாவும் எனது நெஞ்சுக் கூட்டில் மிதிப்பது போல இருந்தது. விழித்திருக்கும் போதே அடிக்கடி திடுமென அதிர்ந்தேன். ஏறத்தாழ மற்றவர்களும் அப்படித்தான் இருந்தார்கள்.

ஜன்னலின் வழியாக வந்த வெளிச்சம் மட்டும் தான் அறைக்குள் படர்ந்திருந்தது. அறை முழுவதும் பரட்டைத் தலைகளுடன் கூடிய அழுக்கு மூட்டையை ஆங்காங்கே போடப்பட்டதைப் போல் கிடந்தோம்.

கதவு லேசாக அசைந்ததைப் போலிருந்தது. திடுமென நாங்கள் நால்வரும் எழுந்து உட்கார்ந்தோம். கதவின் வட்டமான ஓட்டையில் இரண்டு கண்கள் எதையோ தேடுவது தெரிந்தது.

அடையாளம் தெரிந்தோ, உத்தேசமாகவோ, 'டேய், ஏன்டா? சாப்பாடு வேண்டாம்னுட்டீங்களா? சாப்பிட்டீங்கள இல்லையா?' என்றது குரல். இரவு வரும் ரைட்டர் எனத் தெரிந்தது. 'அடேய், இன்ஸ்பெக்டர் வர்றதுக்குள்ளே சாப்பிடுங்கடா என்றார். குரலில் தந்திரமா, மனத்தாங்கலா எனத் தெரியவில்லை. அவர் போய்விட்டார் எனத் தெரிந்தது.

சிறிது நேரத்திற்குப் பின்னர் ஜன்னலில் யாரோ நிற்பது தெரிந்தது. கதவு துவாரத்திலும் ஓரிரு முறை கண்கள் மின்னுவது தெரிந்தது. இரவு முழுவதும் போலீசார் எங்களைப் பார்க்கிறார்கள் எனப் பேசிக் கொண்டோம் சத்தமில்லாமல்.

வேர்வை கசிந்த கையோ காலோ மாற்றி மாற்றி இடறிக் கொண்டிருந்தது. உட்கார்ந்து கொண்டிருக்கிறேனா, படுத்து விட்டேனா என உணரக் கூட முடியாத நிலையில் யார் மீதோ சாய்ந்து விட்டேன்.

வியர்வையின் வீச்சமோ, மூத்திர நாற்றமோ அறையெங்கும் பரவயிருந்தது. நடு இரவோ, அதற்கு முன்னோ பின்னோ, நெஞ்சை உலுக்கும் அச்சத்திற்குத் தீர்வாக மரணத்திற்கொப்பான துக்கம் ஆட்கொண்டது.

12

யாரோ இடுப்பில் உதைத்தார்களோ தட்டினார்களோ, திடுமென விழித்துக் கொண்டபோது நன்றாக விடிந்திருந்தது. காலைக் காவல் நிலையம் சுறுசுறுப்பாக இயங்குவதற்கான எல்லா சப்தங்களும் கேட்டது.

ரவியும் மொய்தீனும் எனக்கு முன்பே எழுந்து விட்டனர் எனத் தெரிந்தது. நெல்சன் எப்பொழுதும் போல் முடங்கிக் கிடந்தான். அவன் தூங்குகிறானா அல்லது மற்றவர்களை சந்திக்கப் பயந்து எப்பொழுதும் முகத்தை மூடிக் கொண்டு இருக்கிறானா எனத் தெரியாதபடி படுத்துக் கிடந்தான்.

தூங்குவதற்கு முன்பும், தூங்கியெழுந்த பின்னரும் எந்த மாற்றங்களும் இல்லாத தால் தூங்கியெழுந்ததற்கான எந்த வித்தியாசங்களும் இல்லாதபடி தான் நாங்கள் இருந்தோம்.

தூங்கியெழுந்த எனக்கு இரவு எந்தச் சம்பவமும் ஏற்படவில்லை எனத் தெரிந்து உறுதி செய்து கொள்வதற்கும் இரவு இருந்த அச்சத்தின் நடுக்கம் இன்னும் எனக்குள் நீடித்திருப்பதையும் உணர முடிந்தது. எல்லோரையும் ஒரு சுற்று சுற்றிப் பார்த்தேன்.

டிஸ்கோ சிரித்தான். நாற்பத்தைந்து நாட்களைக் கடந்தவன் வெளுத்துப் போன கண்கள் மின்ன கருவிழியோட உற்றுப் பார்த்தான். ஏனையவர்களும் ஏதோ ஒன்றை எதிர்பார்த்து அச்சமும் ஆவலுமாய் அமைதியாய் இருப்பது புரிந்தது.

மு.சந்திரகுமார்

ஜன்னலருகே பகல் நேர ரைட்டர் வந்தார். உள்ளே இருப்பவர்களை எண்ணினார். எங்கள் ஒவ்வொருவர் முகத்தையும் அமைதியாய்ப் பார்த்தார். பார்வையைச் சந்திக்க முடியாமலும், என்ன செய்வதெனத் தெரியாமலும் மொய்தீன் அவரைப் பார்த்துச் சிரித்தான். வாய் கோணி அழுவதைப் போலிருந்தது. வாய்ப்பைப் பயன்படுத்தி ரவி இரண்டு விரலையும் விரித்து V வடிவத்தில் காட்டினான். குரலெடுத்துக் கேட்கும் தைரியம் வரவில்லை அவனுக்கு என நினைத்தேன். எனக்கு எப்பொழுதும் இருந்ததில்லை என நினைத்துக் கொண்டேன். அனுபவஸ்தர்களும் அவசரம் போல் அபிநயித்தார்கள். யாரும் குரலெடுத்துக் கதவைத் திறக்கும் படி கத்தவில்லை என்பதை உணர்ந்தேன்.

ஆக நாங்கள் எடுத்த முடிவும், நடந்து கொண்ட விதமும் அவர்களுக்குக் கூட அச்சத்தை ஏற்படுத்தியிருக்கிறது எனத் தெரிந்தது. தவிர்க்க முடியாமல் தான் கதவைத் திறப்பதை அவர்கள் விரும்புகிறார்கள். இல்லையென்றால் கதவைத் திறக்காமல் உள்ளேயே இருப்பதைத் தான் அவர்கள் விரும்புகிறார்கள் என்பது தெரிந்தது.

எந்தச் சலனமுமின்றி ரைட்டர் போய்விட்டார்.

'இனி இவனுக கதவையே திறக்க மாட்டானுக' என்றபடி டிஸ்கோ மூலையில் மூத்திரம் பெய்தான். ரவியும் மற்றவர்களும் அவனை வாயில் வந்தபடியெல்லாம் திட்டினார்கள். எதிர்பார்த்ததைப் போலவே அமைதியாக, ஆனால் தவறுக்கு வருந்துவதைப் போல முகத்தை வைத்துக் கொண்டான். 'ஏன், எங்களுக்கெல்லாம் போகத் தெரியாதா? பகல்லேயே போறியே? நைட்டுன்னாலும் பரவாயில்லை' என்றபடி தனக்கும் மூத்திரம் வருகிறது என்பதை நாசூக்காக வெளிப்படுத்தினான் மொய்தீன். எப்பொழுதும் நிறைந்திருக்கும் நாற்றம் தான். என்றாலும் என்னவோ இப்பத்தான் நாற்றம் தொடங்கியதைப் போல எல்லோரும் சலித்துக் கொண்டனர்.

திடீரென கதவுத் தாழ்ப்பாளின் சத்தம் கேட்டது. யாரோ ஒருவர் கதவைத் திறந்து விட்டு, 'வாங்கடா! வாங்கடா!' என்றார்.

எல்லோரையும் அவனவன் அம்மாவைப் புணருவதாகத் திட்டினான்.

நாற்றம் தாங்க முடியவில்லை அவனுக்கு.

அந்த நாற்றத்தில் நாங்கள் இருப்பது ஏதோ எங்களது சோம்பேறித்தனத்தினால் தான் என்பது போல, 'ஏன்டா நாய்களா! கூப்பிட்டுக் கதவை திறக்கச் சொல்வதற்கு என்ன கேடு?' என்றபடி லாட்டியை எடுத்துக் கண்டபடி விளாசினான்.

அடிபடாமலிருக்க எல்லோரும் கன்னாபின்னாவென்று கலைந்து ஓடினோம். யார் யாருக்கோ சத் சட் என அடி விழுந்தது. எங்களில் யாருக்கும் போதுமான வலுவும் இல்லை. பற்றாக்குறைக்கு ஏற்கெனவே வாங்கிய அடிகள் வேறு. தத்தக்கா பித்தக்காவென்று ஒரு முறையற்று ஓடினோம்.

பாத்ரூம் நிறைந்து விடட்டும் என்றே வெளியில் வேறிடத்திற்கு ஓடினேன். அப்பொழுது தான் உள்ளே போனவர்கள் திரும்பி வரும் வரையில் வெளியில் நிற்கலாம். அடி வாங்கி வீங்கிப் போன தோல் மெலிந்து விட்ட கால்களில் மண் கூட குத்தும். ஆனாலும் அந்த லாக்கப் ரூமின் முடை நாற்றம் எந்த அளவு என்பது வெளியில் நிற்கும்போது சுவாசிக்கும் நல்ல காற்றின்போது தான் தெரியும்.

உடைந்த பாத்ரூம் சுவருக்கு அப்பால் குடியிருப்பு வீடுகள் சாலையில் போவோர் வருவோர் மற்றும் தலையிலிருக்கும் பூ, காவல் நிலையத்துக்கு எதிர் வீட்டிலிருக்கும் காகிதப்பூ கொடி மற்றும் அவ்வப்போது யாராவது எட்டிப் பார்க்கும் மனிதர்கள், எங்களுக்குத் தெரிந்தவர்களாக சையத் கரீம் அல்லது மணி இப்படி யாரையாவது எதிர்பார்ப்பது மற்றும் பார்க்கும் யாராவது நல்லவர்கள் நமக்கு உதவ மாட்டார்களா, சினிமா மாதிரி இரக்கப்பட்டு வெளியில் கூட்டிச் செல்ல மாட்டார்களா என்ற கனவுகளிலும் சிறிது நேரத்தைக் கழிக்கலாம். பாத்ரூமிற்குப் போகும் முன்னரே உடைந்து போன செங்கல்லை அரைகுறையாகப் பொடியாக்கி அப்படியே போட்டு மென்று அந்த சுரசுரப்பான மண்ணில் பற்களை தேய்த்து கழுவிக் கொள்வேன். பல் தேய்க்கும் போது விரல் வலிக்கும் என்பதையும் பொருட்படுத்தாமல் அவசர அவசரமாக இதைச் செய்து கொள்வேன். வாய் கொப்பளித்து சட்டை நனைய கழுத்துப் பகுதி வரையிலும் முகம் கழுவிக் கொள்வது என்பதே பெரிய உற்சாகமாய் இருக்கும். பின்புறம் தலையில் ஈரம் படாமல் பார்த்துக்

கொள்வேன். ஏனென்றால் தலை லேசாக நனைந்து விட்டால் அழுக்கு கசிந்து பிசுபிசுப்பாக பிடரியிலும் முகத்திலும் ஓடும். முழுக்கக் கழுவ நேரமோ, நீரோ பற்றாது.

உள்ளிருக்கும் என் ஆட்கள் உட்பட அப்படிச் செய்வதற்காக என்னை முறைத்துப் பார்ப்பது எனக்கு ஆச்சரியமாகவும் சங்கடமாகவும் இருந்தது. ஆனால் முன் அனுபவஸ்தர்கள் மற்றும் ரவி உட்பட பாத்ரூமிற்குச் செல்லும்போது போலீஸ்காரங்க அவசரப்படாதது போலவும், அப்படியே யாராவது கூப்பிட்டாலும் அவர்கள் சாதாரணமாக 'இருங்க சார்' என்று சலிப்போடு கூறுவதைப் போலவும் எனக்குத் தோனும். நான் உள்ளே போயிருக்கும்போது யாராவது கூப்பிட்டு நான் ஒரு முறை கூட அப்படிச் சொன்னது கிடையாது. முடிந்தவரை சீக்கிரமாக வந்துவிடுவேன். நான் உள்ளே இருக்கும் பொழுது வெளியில் சூழ்நிலைக்கேற்ப ரவி தான் கூப்பிடுவான். அது மிகவும் அன்பாகவும் கொஞ்சம் கட்டுப்பாடாகவும் இருக்கும். ஒருவித சமிக்ஞை போல.

அன்று பாத்ரூமை விட்டு வெளியே வரும்போது மைதானத்தில் யாருமில்லை. அங்குமிங்கும் சில போலீஸ்காரங்களைத் தவிர, கைதிகள் அனைவரும் லாக்கப்பிற்குள் சென்று விட்டனர்.

லாக்கப்பைப் பூட்ட அவர் தயாராக எனக்காகக் காத்திருப்பது தெரிந்தது. பாத்ரூம் சுவருக்கும் லாக்கப் கதவிற்கும் ஒரு அறுபது அடி இடைவெளி இருக்கும். அந்த தூரத்தை தனியே கடப்பதற்குள் ஒரு முறை நெஞ்சு நடுங்கியது. சுற்றி நிற்கும் போலீசார் என்னையே பார்ப்பது போலவும், அவர்களில் யாராவது என்னைக் கூப்பிட்டு நேற்று சோறு சாப்பிடாதது சம்பந்தமாக கேட்டு விடுவார்களோ என்று பயந்தபடியே, ஆனால் பரிதாபத்திர்குரியவனைப் போன்ற பாவத்துடன் மெல்லமாக நடந்து லாக்கப்பிற்குள் புகுந்து விட்டேன். கதவைத் தாண்டுவதற்குள் அந்தப் போலீஸ்காரன் அடிப்பதைப் போலக் கற்பனை செய்து கொண்டு விசுக்கென ஓடினேன். ஆனால் அந்தக் கற்பனையைப் பற்றி கவனிக்காததைப் போல அமைதியாகக் கதவைச் சாத்தி பூட்டப்படும் சப்தம் கேட்டது.

வாய் சுத்தமானதும் வயிறு பசிப்பதும் உடனே களைப்பும் தெரிந்தது. அப்பொழுது தான் நிறைக்கப்பட்ட நீரை வயிறு

நிறையக் குடித்தேன். அனுபவஸ்தர்கள் 'வெளியிலேயே குடிச்சுட்டு வர்றது தானே' என்று சலித்துக் கொண்டார்கள்.

அப்பொழுது தான் முகம் கழுவியிருந்தபடியால் யாருமே அமராமல் குறுக்கும் நெடுக்குமாய் நடந்தார்கள். யார் யாரோ வந்து போனார்கள். நானும் ரவியும் பேசிக் கொண்டோம்.

'என்னது, நேற்று யாரும் வந்து எதுவும் கேட்கலை?' என்றான்.

தான் நினைத்ததைத் தான் ரவி கேட்டான் என்பதைப் போல மொய்தீனும் நெல்சனும் அருகில் கூடினர். உண்மையில் எனக்குள்ளும் அந்தக் கேள்வி இருந்தது.

'நான் சொன்னேன் அல்லவா? உண்ணாவிரதம்னா பெரிய விஷயம். அவனுக நமக்கு எதுக்கு ஒரு நேரம் சோறு போடறானுக? நாம சாகாம இருக்கத்தான். நாம் அதைச் சாப்பிடவில்லையென்றால் என்ன அர்த்தம்? நாம சாகத் தயார்னு அர்த்தம். அவனுக நம்மளை எதுக்கு அடிக்கிறானுக? பயந்துட்டு எதையாவது ஒத்துக்கிட்டு கேஸ் ஏத்துக்கிட்டு போகறதுக்குத்தான். நாமதான் சாவதற்குத் தயாராய்ட்டோமே! இனி அடிச்சா பயப்படுவானுகளா இவனுகன்னு கேள்வி வருமல்லவா? அது மட்டுமில்லாம சாப்பிடாம இருக்கும்போது அடிச்சுக் கிடிச்சு செத்துப் போயிட்டம்னா என்னாகிறதுங்கிற பயமிருக்கு. அதனால தான் அடிக்கலைன்னு நினைக்கிறேன். நான் நினைக்கிறேன், இப்படியே இரண்டு மூணு நாளைக்கு விட்டுட்டா தானா நாம் வழிக்கு வந்துவிடுவோம்னு நினைக்கலாம் இல்லையா? அதனாலயும் அடிக்காம இருக்கலாம் இல்லையா? அதே சமயம், நேற்று பூராவும் இன்ஸ்பெக்டர் வந்ததாகவே தெரியலையே! எதுக்கும் பார்ப்போம். இன்னைக்கும் நாம் சாப்பிட வேண்டாம். உறுதியா இதே மாதிரி வேண்டாம்னு சொல்லிவிடலாம். நமக்கிருக்கிற ஒரே வழி இதுதான்' என்று சொன்னேன்.

நண்பர்களுக்குள் நம்பிக்கை தெரிந்தது.

'யோவ், சாப்பாடு வேண்டாம்னு சொல்லிரலாம்யா' என்று குரலெடுத்துச் சொன்னான் மொய்தீன்.

கொஞ்ச நேரம் அமைதியாக இருந்துவிட்டு, 'விடு, பார்த்துடுவோம்' என்றான் ரவி பெருமூச்சு விட்டபடி.

நெல்சனும் கூட தலையாட்டினான்.

'சாப்பிடறதில்லை. ஒண்ணு வெளியே விடு. அல்லது கோர்ட்டுக்குக் கூட்டிட்டுப் போ. அதுவரைக்கும் சாப்பிடறதில்லை' என்றான்.

பலவீனமான நெஞ்சுக் கூட்டிற்குள் பலம் கூடியிருந்தாற் போலிருந்தது. உறுதியான முடிவு கொடுத்த பலத்துடன் மெல்லச் சிரித்தபடி எல்லோரையும் கம்பீரமாய்ப் பார்த்தேன். முன் அனுபவஸ்தர்களின் கண்களும் கூட எதையோ புரிந்து கொண்டதைப் போல் மினுமினுத்தது.

மார்ச் மாதத்து வெயில் சுள்ளென்றிருந்தது. வியர்த்து வியர்த்து அழுக்குக் கட்டிகள் நிறைந்திருந்தாலும் தொடைச் சந்துகளிலும் முதுகிலும் வியர்த்துக் கொண்டதை உணர முடிந்தது. இன்னும் பழுத்து உடையாத கொப்புளக் கட்டியைச் சுற்றிலும் அழுத்தினால் எப்படி இருக்குமோ, அப்படியிருந்தது. பாதங்களைத் தரையில் ஊன்றி நடக்கும் போது. அது வலியா அல்லது வலிக்கு மருந்தா என்பதறியாமல் மெல்லமாக அழுத்தி அழுத்தி ஊன்றியபடி ரூமிற்குள் நடக்கத் தொடங்கினேன். பார்த்தால் பயப்படும்படியாக வீங்கியிருந்த கைகள் இரண்டையும் இறுக்கிப் பிடித்தபடி விரலிடுக்குகளுக்குள் எல்லாம் வலிக்கும் படியாக இறுக்கிப் பிசைந்தபடியே வலியை வாய் வழியாக உள்ளே இழுப்பது போல் பாவித்து ஷ்..ஷ்.. ய்.. ய் என்றபடியே நடந்து கொண்டிருந்தேன்.

முகமெடுத்து யாரையும் பார்க்காமல் நடந்தபடியே ரூமிற்கு வெளியே கேட்கும் சப்தங்களை கவனித்தேன். யாரோ ஒருவர் ஐந்தாறு பேருடன் பேசிக் கொண்டிருந்தார். யார் யாருக்குள்ளோ சண்டை ஏற்பட்டிருக்க வேண்டும். வழக்கை விசாரித்துக் கொண்டிருந்தார்கள் போலிருந்தது.

அடிக்கடி, ஆனால் மொத்தமாக எல்லோரையும் திட்டுவதையும் மிரட்டுவதையும் உணர முடிந்தது.

வெளியில் நிற்கும் யாரிடமோ கண் மற்றும் கை, ஜாடையாலேயே பீடி கேட்டுக் கொண்டிருந்தான் ரவி. வெளியிலிருந்தவர்களில் ஒருவர் தைரியசாலியாய் இருக்க வேண்டும் அல்லது அவ்வாறு காட்டிக் கொள்ள விரும்பியவர் வந்து கையைக் கட்டிக் கொண்டு உள்ளே பார்வையிட்டார்.

தனக்குத் தெரிந்தவர் யாராவது இருக்கிறார்களா எனத் தேடுவதாய்த் தெரிந்தது. ஒரு சில நிமிடம் பார்த்துவிட்டு போக யத்தனிக்கும்போது ரவி மீண்டும் பீடி கேட்டான். பாக்கெட்டைத் தொட்டுக் காட்டி இல்லையென்றும், மறுபடி வரும்போது கொண்டு வருவதாகவும் கூறினான்.

ரவி ஏதோ முனகியபடி ஜன்னலை விட்டு விலகி உள்ளே வந்தமர்ந்தான். எப்பொழுதும் சுத்தமாக இருக்கும் அவன் அழுக்கடைந்திருந்தது பார்க்கப் பரிதாபமாய் இருந்தது. ஏற்கெனவே வளைந்த முதுகு இன்னும் வளைந்து விட்டதைப் போலிருந்தது.

மொய்தீன் சென்று ஜன்னலில் அமர்ந்தான். வெளியில் யாரையோ தேடுவதைப் போல் பாவனை செய்தான்.

வெளியில் யாரும் தெரிந்தவர்கள் இல்லையென்று ரவி ஏற்கெனவே முடிவு செய்து விட்டபடியால், கோபமாக 'ஏன் உங்கப்பன் வந்திருக்கிறானா?' என்றான். குரலில் ஏக எரிச்சலுடன்.

முகத்தை சோகமாகத் தொங்கப் போட்டுக் கொண்டு திரும்பினான் மொய்தீன்.

எல்லோருக்கும் பசியெடுப்பது தெரிந்திருந்தது. பழையவர்களும் ஜன்னல் வழியாகக் கூர்ந்தும் பக்கவாட்டிலுமாய் தேடுவது கிழவனைத்தான் என எண்ணினேன்.

முதல் நாளைய சாப்பாட்டுப் பொட்டலம் நான்கும் மூலையில் அப்படியே வைக்கப்பட்டிருந்தது. சாப்பாடு நசிந்து போனதாகவே தெரியவில்லை. உலர்ந்து விரைத்து சாய்த்து வைத்தது சாய்த்தபடியே இருந்தது.

சாப்பாட்டுப் பொட்டலத்தை நான் உற்றுப் பார்த்ததை கவனித்த மொய்தீன், என் சிந்தனையைப் புரிந்து கொண்டதைப் போல ஒரு பொட்டலத்தை எடுத்து முகர்ந்து பார்த்தான்.

ரவி அவனை முறைத்தபடி, 'ஏன் திங்கறயா?' என்றான்.

'சே' என தலையை உதறியபடி உதாசீனமாகப் பொட்டலத்தைத் தரையில் வைத்தான். தன்னைப பற்றி ரவி கேவலமாக நினைத்து விட்டான் என்பதைப் போல சோகமான பார்வையில் என்னிடம் பேசினான் மொய்தீன்.

மு.சந்திரகுமார் ꘎ 89

அவனுக்கு ஆதரவாகவா இல்லையா என்று தெரியாமலேயே நானும் சலித்துக் கொண்டேன். கீழே கிடந்த பீடித் துண்டை எடுத்து முகர்ந்து பார்த்தபடி யார் முகத்தையும் பார்க்காமல் உட்கார்ந்திருந்தான் நெல்சன்.

'டேய், பீடியெல்லாம் சாப்பிடக் கூடாது' என்றான் நக்கலும் வெறுப்புமாய் ரவி.

இன்னும் இன்ஸ்பெக்டர் வரவில்லையா, அல்லது விஷயம் தெரிந்து அடிக்கப் பயந்து விட்டானா, அல்லது கெடக்கட்டும் நாய்கள்னு விட்டு விட்டானா எனக் குழம்பிக் கொண்டிருந்தேன் நான். அவன் பயந்து போய் விட்டிருப்பான் என்பதை என்னால் கற்பனையிலும் ஒத்துக் கொள்ள முடியவில்லை. இதோ இப்ப இப்ப கூப்பிடுவானுகள்னு நினைச்சிட்டிருக்கும் போதே, சலிப்பும் விரக்தியுமாய், ஆனாலும் மிகப் பெரிய பொறுப்புகளைச் சுமந்து கொண்டிருப்பவனைப் போல கிழவன் ஜன்னலின் வழியாக உள்ளே பார்த்து ஆட்களை எண்ணத் தொடங்கினான்.

ஜன்னல் அருகே மூலையில் உள்ளவர்களை மையத்துக்கு வரச் சொல்லி திட்டினான். பொறுப்பு மிக்கவனைப் போல சரியாக எட்டுப் பேர் என எண்ணிவிட்டு அதை வாயில் முனகினான்.

டிஸ்கோ எழுந்து 'எட்டு சாப்பாடு வாங்காதய்யா கிழடு, நான்கு போதும். இவங்களுக்கு சோறு வேண்டாமாம். அங்க பாத்தியா. நேற்றைய சாதம் அப்படியே வெச்சிருக்குது' என்றான்.

அவன் தகவல் சொல்கிறானா, அல்லது போட்டுக் கொடுக்கிறானா, என்ன நடக்கப்போகுதுங்கிறதைப் பற்றி கற்பனை செய்ய முடியாம சீக்கிரம் முடிவு தெரிஞ் சிக்கிறதுக்காக ஆர்வப்படறானான்னே தெரியலை எனக்கு. ஆனாலும் விஷயம் கிழவனுக்கு தெரிந்து விட்டதில் ஏதோ சுமை குறைஞ்ச மாதிரியாய் இருந்தது.

திடுக்கிட்ட கிழவன் ஜன்னல் வழியாய் உற்றுப் பார்த்தான். சாப்பாடு பொட்டலம் அவன் கண்களுக்கு தெரிஞ்சிருக்க வேண்டும். படபடப்பும் கோபமுமாய் அவன் கஷ்டப்பட்டு வாங்கி வந்த சாப்பாட்டை சாப்பிடாம இப்படி வேஸ்ட் பண்றதுக்காக எதுக்கு வெயிலில் இவ்வளவு கஷ்டப்படணும்

என்கிற மாதிரியாக கத்தத் தொடங்கினான். அவனுக்கு ஏதோ பயங்கரமான அநியாயம் நடந்து விட்ட மாதிரி. நான் போய் இப்பவே ரைட்டரைக் கேட்கிறேன்னு கண்டபடியாகக் கத்திக்கொண்டு போனான்.

அவன் போட்ட சப்தத்திலே ஏறத்தாழ ஸ்டேஷன்ல இருக்கிற எல்லா போலீசுக்காரங்களுக்குமே காது கேட்டிருக்கும். கொஞ்சம் அரண்டு தான் போனோம்.

அவங்கம்மாவைப் புணருவதாகத் திட்டினான் ஆத்திரத்தில் ரவி.

ரைட்டரும் கிழவனும் பலமாக வாக்குவாதம் செய்து கொள்வது கேட்டது. ரைட்டர் ஏதோ கோபத்தில் அவனைத் திட்டினார். 'என்ன? என்ன?' ஆங்காங்கிருந்து குரல்கள் கேட்டது.

கோபத்தில் யாராவது வந்து கதவைத் திறப்பார்கள் என்றெண்ணிப் பயந்து போய் நால்வரும் ஒரு மூலையிலும், மற்ற நால்வரும் இன்னொரு மூலையிலும் ஒடுங்கினோம்.

13

கதவருகில் காலடிச் சத்தமும் யாரோ கதவில் மோதும் சப்தமும் கேட்டு ஒடுங்கினோம். பின் வேகமாகக் காலடிச் சத்தம் திரும்பிச் சென்று டக்டக்கென்று உள்ளறைகள் இரண்டையும் வலம் வந்து ஜன்னலருகே வரும் வரை கவனித்தோம்.

கோபாவேசமாய் ரைட்டர் முறைத்தார். அழுத்தம் திருத்தமாகக் கேட்டார். 'ஏன்டா, சாப்பிடலையா? இன்னைக்கு சாப்பாடு வாங்கறதா வேண்டாமா? என்றார்.

அவருக்குப் பின்னாலிருந்த கிழவன் அனாவசியமாக நான்கு சாப்பாட்டு பொட்டலங்களைத் தான் சுமக்க வேண்டிய அவசியமில்லை என்றபடி சத்தமிட்டான்.

'யோவ், நிறுத்தய்யா' என்றார் ரைட்டர். பின் அமைதியாக என்னைப் பார்த்துக் கேட்டார். 'சாப்பிடறீங்களா இல்லையா?' என்றார்.

நான் இல்லையென்று தலையசைத்திருக்க வேண்டும். அல்லது என் நண்பர்கள் அப்படிச் செய்தார்களோ தெரியாது. ரைட்டர் கடுமையான குரலில் 'யோவ் கிழடு, போய் நாலு சாப்பாடு மட்டும் வாங்கிட்டு வா. இவனுகளை இன்ஸ்பெக்டர் வந்து பார்த்துக்குவார். எதுக்கு காசு வேஸ்ட் பண்ணனும்?' என்றபடி போய்விட்டார்.

கிழவன் ஜன்னல் வழியாக எட்டிப் பார்த்து, 'மறுபடி என்னைப் போகச் சொன்னா நான் போக மாட்டேன்' என்று சொல்லிவிட்டு உற்றுப் பார்த்தான்.

'யோவ், யோவ், போய் வாங்கிட்டு வாய்யா' என்று அதட்டினான் டிஸ்கோ.

முனகியபடி கிழவன் திரும்பிப் போனான்.

பேயறைந்தாற் போல் ஆகியிருந்தது எனக்கு. மீண்டும் பிரச்சனை ஆரம்பித்து விட்டது.

ரவி சொன்னான், 'நீ வேற, அவனுகளாவது இரக்கப்படறதாவது! சாப்பாடு வாங்கவே வேண்டாம்னுட்டாம்பாரு! அதிலையும் இந்தக் கிழவன் என்னய்யா இந்தப் போடு போடறான்!' என்று அவனை வாய்க்கு வந்த படியெல்லாம் திட்டினான். 'கிழடு, கௌரிசங்கர் தியேட்டர் கிட்டத்தானே சோறு வாங்கறே, வெளியில வந்து உன்னைப் பேசிக்கிறேன்' என்று ஜன்னலைப் பார்த்துப் பசாரித்தான்.

மொய்தீனும் தன் பங்குக்கு அனுபவஸ்தர்களிடம் ஏதோ சொன்னான். அவர்களில் ஒருவன், 'இவங்க சாப்பிடலைங்கறது அவனுக்குப் பிரச்சனையில்ல. அவன் வாங்கிட்டு வந்தது வீணாப் போயிடுச்சுன்னு பேசறாம்பாரு. கவர்மெண்ட் காசுக்கு இவன் பெரிய தாணாவதியாய்ட்டானா? எல்லாம் நேரந்தான்' என்றான் சிரிப்பும் கோபமுமாக.

ரவி என்னை நோக்கி, 'குமார், அப்படின்னா இவனுக இன்னும் இன்ஸ்பெக்டர் கிட்ட சொல்லவேயில்லை போலிருக்குது' என்றான் சந்தேகமாக.

'தெரியலை, பார்க்கலாம்' என்றேன். என்ன சொல்வது என்று தெரியாமல்.

எங்களுக்குள் மீண்டும் படபடப்பும் பதட்டமும் அதிகமாகி விட்டது.

திடீரென்று மொய்தீன், 'யோவ், அந்தக் கிழவன் வந்ததும் இந்த சாப்பாட்டுப் பொட்டலத்தை எடுத்து வெளியில் குடுத்து வீசிவிடச் சொல்லலாம்' என்றான்.

எனக்கும் அப்படித்தான் தோனுச்சு. 'ஏன், இன்ஸ்பெக்டர் வந்து இதையவே திங்கச் சொல்வானோன்னு பயப்படறியா?' என்றேன்.

'இல்லையில்லை, சாப்பாடு கெட்டு வாசம் வந்துரும்' என்றான்.

'இப்ப மட்டும் இங்கென்ன மணந்துட்டா இருக்குது?' என்றபடி முறைத்தான் ரவி. மொய்தீன் பயப்பட்டதைத் தான் தெரிந்து கொண்டு விட்டதைப் போல என்னைப் பார்த்தான். ஆனால் நானும் அவனிடம் அவ்வாறே கூறினேன்.

'ரவி, கிழவன் வந்ததும் இதையெடுத்துக் குடுத்துரு. எதுக்கும் நாம் அப்படிச் செய்யலாம். இன்ஸ்பெக்டர் வந்ததும் என்ன நடக்கும்னு தெரியாதில்லியா' என்றேன்.

நானும் இப்படிச் சொன்னதில் மொய்தீனுக்குத் திருப்தி. மறுபடியும் அதை வற்புறுத்தத் தொடங்கினான். அவனுக்கேயுரிய சலிப்புடன்.

'ஆமாய்யா, எதுக்கும் அப்படியே செய்திடலாம்.' என்றான் ரவி. 'நாம நேத்திலேருந்து சாப்பிடலைங்கிறதை இன்ஸ்பெக்டர் கிட்ட சொல்லும்போது காட்டறதுக்குத் தான் இதைய இன்னும் வெச்சிருக்கானுக. இல்லைன்னா காலையில் கூட்டும்போது எடுத்து வீசியிருப்பானுகல்லவா?' என்றான்.

'ஆமாம், ஆமாம்' என்றபடி அந்தப் பேச்சை விட்டுவிட்டு இன்ஸ்பெக்டரைப் பற்றி சிந்திக்கத் தொடங்கினேன்.

தெலுங்குப் படத்தில் வரும் சத்தியநாராயணா போல் பெரிய முகம், காவல் தெய்வம் படத்தில் வரும் சிவாஜியின் மீசையைப் போல மீசை, நாற்பது வயதுத் தேகம், நல்ல உயரம், உலகில் நல்ல மனிதர்களை இதுவரை சந்திக்கவேயில்லை என்பதைப் போன்ற சந்தேகிக்கும் கண்கள். அதில் பொங்கும் அளவற்ற வெறுப்பு. அடிக்கும்போது அடிப்பதற்காக அல்லாமல், எதன் மீதோ கொண்ட கோபம். ஒரு நல்ல மனிதனாக நிச்சயமாக இருக்க முடியாது. எனச் சான்றுரைக்கும் கெட்ட வார்த்தைகள். விசாரணை என்ற பெயரில் அடிக்கும்போது தேவையான விஷயங்களை விடவும் எந்த அளவு அந்த உடலை சிதைக்க முடியும், எந்த பாகங்களை உடைக்க முடியும் என்பதில் காட்டும் ஆர்வமும், ஈவிரக்கமற்ற அடியும், உதையும், தனக்கு அப்படியொன்றும் முக்கியமான விஷயம் வர வேண்டிய அவசியமில்லை என்பதைப் போல திடீரெனப் புறப்பட்டுச் சென்றுவிடுகிற பொறுப்பற்ற தனமுமாய் நடந்து கொள்கின்ற அவனைப் பார்க்கவே பிடிக்காத அளவு வெறுப்பூட்டுபவனாய் அச்சமூட்டுபவனாய்க் காட்சியளித்தான் இன்ஸ்பெக்டர் ஷ்யாம் சுந்தர்.

லாடம் கட்டப்பட்ட அறையையும் அதில் அடிபட்ட

விதத்தையும் மெல்லக் கற்பனை செய்து பார்த்தேன். பாதங்களை நிலத்தில் நனகு ஊன்றி குத்த வைத்து அமர்ந்து கொண்டேன். ஆறி விட்ட புண்ணை அழுத்துவதைப் போன்ற வலி. கைகளை இறுக்கிப் பிசைந்தபடியும், உள்ளங்கைகளை மெல்லமாக சத்தமின்றி நிலத்தில் தட்டினேன். சதைக்கும் எலும்புக்கும் இடைப்பட்ட பக்கத்தில் மட்டும் வலித்தது.

மதிய வேளை, நிசப்தமான காவல் நிலையத்தினுள் எங்கோ டேபிளின் மீது வைக்கப்பட்டிருந்த லாட்டி உருண்டு கீழே விழுந்தது. விருப்பமின்றி நடைபோடும் கால்களின் காலடிச் சத்தம் சுற்றிச் சுற்றி வந்தது.

என்ன ஆகும், என்ன ஆகும், எப்படி இங்கிருந்து போவது? இது என்ன கொடுமையான துயரம்? நமக்காக இங்கே கேட்கிறதுக்கு யாரும இல்லையா? நல்ல வேளை என் வீட்டு விலாசம் இங்கு யாருக்குமே சரியாய்த் தெரியாது. செத்து விட்டாலும் கூட இங்கயே எங்கேயாவது வீசிறுவானுக. பரவாயிலை. யாருக்கும் தொல்லையில்லாம்ப் போயிருவோம். அப்படியில்லாம, அவன் சொன்ன மாதிரி காலை உடைச்சு ரயில் ரோட்டுல போட்டு ரயிலில் அடிபட்டதா சொல்லிருவேன்னு சொன்னானே, அப்படிக்கீது பண்ணிருவானோ? எந்தச் சேதமுமில்லாம வெளியில போயிட்டா! ரவி சொல்ற மாதிரி இவனுக கண்ணுல மறுபடியும் படாம வேற ஏதாவது ஊருக்குப் போயிரணும். கைகால்கள் ஏதாவது சேதமாகி ரோட்டில கிடக்க வேண்டியது வந்திட்டா எப்படியாவது இவனைக் கண்டுபிடிச்சு அங்கேயே கிடந்து பிச்சையெடுத்தாவது உயிரோடிருந்து அவனது கைகளையோ கால்களையோ வெட்டிர்றது, சும்மா மட்டும் விடறதில்லை. அவனை என்று கற்பனை செய்து கொண்டிருக்கும் போதே நெஞ்சு படபடத்தது, மூச்சிரைத்தது.

ரவி பார்த்து விட்டான். 'ஏன் குமார், பயப்படறியா? தைரியமா இரு, பார்த்துடலாம். என்னாகுதுன்னு. உனக்கெல்லாம் ஒண்ணும் ஆகாது. என்னைக்கீது கொன்னு போட்டுட்டான்னா நீ கோர்ட்ல சொல்லிரு. இங்க பேசத் தெரியாதவன் மாதிரியே இரு. கோர்ட்ல எப்படியும் தமிழ் தெரிஞ்சவனுக இருப்பானுக. இல்லைன்னா ரைட்டர் கிட்டக் கேளு தமிழ் தெரிந்தவர் கிட்ட சொல்லணும்னு.

தமிழ் ஆள்களை அவங்க கூப்பிட்டுட்டு வருவாங்க. இங்க தான் இப்படி, கோர்ட்டுக்குப் போயிட்டா ஒன்றுமில்லை. அப்புறம் எப்படியோ சமாளிச்சுக்கலாம்' என்று கூறி விட்டு எதையோ யோசித்தவாறு, 'பார்த்தாயா, மணியும் வரலை, சையத் கரீமும் வரலை. ஆனா வேல வாங்கறபோது மட்டும் எப்படி? அதனாலத் தான் நான் டயமுக்கு வேலை முடிச்சு உடனடியாக எங்காசை வாங்கிட்டு அங்கிருந்து போயிடறது, எவனையும் நம்ப முடியாது. ச்.. நான் இந்த மாசம் டெல்லி போலாம்னு சொன்னேன். கேட்டியா? வெயில் வேற கொல்லுது' என்றபடி யாருடைய அம்மாவையோ கண்டபடி திட்டினான்.

அவன் பேசியதை முழுக்கக் கேட்ட மொய்தீன் ஆறுதலுக்காகவோ என்னவோ, ரவி கவலைப்படாதே, வெளியில் போனதும் முதல் வேலை, நாம ரெண்டு பேரும் கிளம்பிரலாம். குமார் வர்றதுன்னா வரட்டும்' என்றான். என்னைப் பார்த்தபடி 'என்ன?' என்றான்.

அதிருப்தியோடு 'நீ எங்கூடவா? உங்கூட சேர்ந்ததுனால தான் நானே இப்ப உள்ள இருக்கற. மறுபடியும் ஒண்ணாவா? வேண்டாம்டா சாமி. நீ உன்னுடைய வழியைப் பாரு. நான் என்னுடைய வழியைப் பார்க்கிற. மறுபடியும் ஒண்ணாச் சுத்துனம்னா பழைய கேங் ஒண்ணைப் பிடித்தோம்னு இவனுக கிட்டயே கொண்டு வந்துருவானுக. தெரிஞ்சுக்க' என்றான் ரவி.

இதை அவன் சீரியஸாகவும் சிரிப்பாகவும் சொன்னான். ஆனாலும் மொய்தீனுக்கு கொஞ்சம் அவமானமாகப் போய்விட்டது. நெல்சன் என்னைப் பார்த்துக் கண்களால் சிரித்தான். எனக்கு அதிலுள்ள உண்மை உறைத்தது.

மதியச் சாப்பாடு வந்தது. அனுபவஸ்தர்கள் போட்டி போட்டுக் கொண்டு வாங்கினார்கள். கிழவன் வெறுப்பாகக் கொடுத்து விட்டு எங்களை ஒரு நிமிடம் எந்த உணர்வையும் வெளிப்படுத்தாமல் பார்த்துக் கொண்டிருந்தான். லாக்கப்பில் இருந்து கொண்டு சாப்பாடு வேண்டாம் என்று சொல்கின்ற எங்களைப் பார்த்து அவனே கொஞ்சம் அதிசயமாகப் பார்த்தான் என்று தோனியது.

பழையவர்கள் அவசரமாகப் பொட்டலங்களைப்

பிரித்தபடி எங்களின் முகங்களை ஏறெடுத்துப் பார்த்தனர். 'கொஞ்சம் சாப்பிடறீங்களா?' என்றபடி ரகசியக் குரலில் கேட்டனர். உண்மையாகவே கேட்டதைப் போலத்தான் தெரிந்தது. நன்றியுள்ளத்தோடும் மரியாதையோடும் மறுத்து விட்டோம். பாவமய்யா என்பதைப் போல் முகத்தை வைத்துக் கொண்டு சாப்பிடத் தொடங்கி விட்டனர்.

எங்களுக்கும் அவர்களுக்கும் மொழி இடைவெளி இருந்தது. ஆனாலும் ரவியும், மொய்தீனும் அவ்வப்பொழுது தெலுங்கிலும் ஹிந்தியிலும் பேசுவார்கள் தான், என்றாலும் எனக்குத் தெரிந்து நாங்கள் என்ன செய்யப் போகிறோம் என்பதை ரவி அவர்களுக்கு விளக்கிச் சொல்வதில்லை. மொய்தீன் ஏதேனும் சொல்ல யத்தனித்தால் ரவியின் முகமாற்றத்தைக் கொண்டே அவன் பேச்சை மாற்றி விடுகிறான் என்பதும் எனக்குத் தெரிந்தது. முழுமையாக அவர்களுக்குச் சொல்லப்படவில்லையென்றாலும் அவர்கள் எங்களை அப்பொழுதும் சரியாகவே புரிந்து கொண்டார்கள். அவர்களுக்கும் அவ்வப்போது அடி விழுந்து கொண்டு தான் இருந்தது. ஆனாலும் அவர்கள் எங்களைப் பார்த்து அடிக்கடி இரக்கப்பட்டது ஆச்சரியம் தான். எனக்கு நாங்கள் சாப்பாடு உண்ண மறுத்த பின்பு எங்களைப் பற்றி மரியாதை அவர்களிடம் கூடியிருந்தது.

14

அன்று மணி மூன்றிருக்கும். யாரோ அவசரமாக கதவு திறப்பதை உணர்ந்தோம். நடுநடுங்கியபடி நால்வரும் ஒரு மூலையில் ஒண்டினோம். கதவை வேகமாகத் தள்ளித் திறந்தபடி ஒருவன் ஓடி வந்தான். கதவைத் திறந்து வைத்து விட்டு அவனை அடிக்கலாம் என்றிருந்த போலீசுக்காரருக்கு அவன் உள்ளே ஓடி வந்து விட்டதால் கோபமடைந்து கம்புடன் திட்டியவாறு உள்ளே நுழைந்து கதவருகில் நின்று கொண்டு கம்பை வீசினார். புதியவன் அனுபவசாலி போலும், தாறுமாறாக உள்ளே குதித்தான். ஆத்திரமடைந்த அவர் கன்னாபின்னாவென்று அடிக்கத் தொடங்கினார்.

இதற்கு மேலும் மூலைக்குள் புக முடியாத நாங்கள் எல்லாம் 'சார், சார்' எனக் கத்தியபடியே துள்ளினோம். கம்பு கால்களிலும தோளிலும் சுவரிலும் நிலத்திலுமாய் பட்டுத் தெறித்தது. அனுபவஸ்தர்கள் அடிபடாமல் இருக்க அவனைப் பிடித்து தங்களுக்கு மறைவாக நிறுத்தினர். அவன் ஓட முடியாமல் திணறினான். அதற்குள் அந்த போலீசுக் காரர் 'கொன்று விடுவேன், நாய் மகனே' எனத் திட்டியபடி கம்பீரமாக நடந்து செல்கிறார் என்பது அவரது காலடிச் சத்தத்திலிருந்து உணர முடிந்தது.

புதியவன் வருகையால் நாங்கள் எல்லோரும் தேவையில்லாமல் அடிபட்டதால் எல்லோருக்கும் கோபம் புதியவன் மேல் திரும்பியது. சிவந்த மேனியும டிப்டாப் உடையுமணிந்த சுருண்ட கேசமும் ஒல்லியான

தேகமுடைய அவனை அனுபவஸ்தர்கள் முதுகில் ஆளுக்கு ஒன்று போட்டார்கள். ரவியும் அவனது கழுத்தில் ஒரு குத்து விட்டான். நாக்கை மடக்கிக் கடித்தபடி மொய்தீன் ஓங்கிய கையை அவனது முகத்தருகில் நீட்டி கண்டபடி திட்டினான்.

ஆனால், இது எதற்கும் அவன் மசிந்ததாகத் தெரியவில்லை. தான் அடிப்பட்டதாகவே அவன் காட்டிக் கொள்ளவில்லை. உடைகளை சரி செய்தான். எல்லார் முகங்களையும் உற்றுப் பார்த்தான். திரும்பி ஜன்னலருகே சென்று பாக்கெட்டுக்குள் கை நுழைத்தபடி 'எங்கம்மா வரும்' என்றான் பொதுவாக.

ரவி சொன்னான், 'பழைய டிக்கெட் இவன். பிக்பாக்கெட். எப்படி மயிறு மாத்திரமாய் நிக்கறான் பார்.' என்றான்.

புதியவனைப் பார்க்க சில பேர் வந்தனர். அவனது அம்மா வந்து பார்த்தது. பீடிக்கட்டும் தீப்பெட்டியும் கொடுத்தது. அழவில்லை. ஆனால் கண்கள் உக்கிரமாக இருக்கும்படி வைத்துக் கொண்டு எதையோ அழுத்தமாக, அதே சமயம் அவனுக்கு மட்டும் கேட்கும்படியாகப் பேசியது. அவனும் எதையோ பேசினான்.

உள்ளிருந்தவர்கள் போய் அந்தம்மாவிடம் பேசினார்கள். அவனால் எல்லோரும் அடிப்பட்டதைச் சொன்னார்கள். போலீசின் கொடுமையைப் பற்றியெல்லாம் சொன்னார்கள்.

அந்தம்மாள் ரொம்பவும் இரக்கப்பட்டதாய்த் தெரியவில்லை. ஆனால் உள்ளிருந்த அனைவருக்கும் டீ வாங்கித் தந்தது. லாக்கப்பிறகு எனத் தெரிவதாலோ என்னவோ ரொம்ப சுமாரானது தான். ஆனாலும் அந்த வெதுவெதுப்பு, இனிப்பு, டீ குடிக்கிறோம் என்ற உணர்வு, சந்தோஷமாய்க் குடித்தோம். டம்ளரை கொடுக்கும்போது நன்றியுணர்வுடன் கொடுத்தோம். ஆனால் அதையெல்லாம் அந்த அம்மாள் எதிர்பார்த்ததாய்த் தெரியவில்லை.

அந்தம்மாள் முன்னிலையில் எல்லோரும் உற்சாகமாய்ப் புகைத்தனமர். திடீரென அந்தம்மாள் சற்றே உஷாரானதைப் போலிருந்தது. 'நான் போகிறேன்' என்று சொல்லிவிட்டு உடனடியாகக் காணாமல் போனது தான். அதற்குப் பின் அந்தம்மாவை லாக்கப்பில் பார்க்கவேயில்லை.

அந்தம்மாள் சென்ற வேகமும் போலீசாரின் நடையில்

ஏற்பட்ட விரைவான காலடிச் சத்தமும் சல்யூட்களும் இன்ஸ்பெக்டரின் வருகையைத் தெரிவித்தன.

ரவிதான் சொன்னான். 'குமார், இன்ஸ்பெக்டர் வந்தாச்சு. நேற்றிலிருந்து அவன் நம்பளைப் பார்க்கவேயில்லை. இன்னைக்குத் தீர்ந்தோம்' என்றான்.

எனக்குள் ஏதோ படபடத்தது.

நெல்சன் இன்னும் சுருங்கிக் கொண்டான்.

மொய்தீனின் முகம் பார்க்கப் பரிதாபகரமானதாய் மாறிப் போனது.

ஏதேதோ கட்டளைக் குரல்களுக்கு மத்தியில் கதவை நோக்கி வரும் காலடிச் சத்தம் தெளிவாகக் கேட்டது. தடக், படக்கென்று பூட்டு திறக்கப்பட்டு படாரென கதவு திறந்தது. எல்லோரும் மூலைகளில் ஒண்டியிருந்தோம். ஒரு முகம் மட்டும் உள்ளே பார்த்தபோது நாங்கள் நால்வரும் சொல்லாமலே எழுந்தோம்.

'இன்ஸ்பெக்டர் கூப்பிடுகிறார்', அவரே மெதுவாகச் சொன்னாற் போலிருந்தது.

யார் முன்னால் போவது என்பதில் லேசாகத் தடுமாறி, ஆனால் நான் முதலிலும், ரவியும், மொய்தீனும் நெல்சனுமாய் வெளியேறி பழக்கப்பட்ட ஸ்டேஷனின் பின்புற இடத்திற்கு மெல்லமாகச் சென்றோம்.

மரத்தினடியில் டேபிள் போடப்பட்டு இரண்டு போலீசார் அமர்ந்திருந்தனர்.

விசாரிக்கும் இடத்தில் ஒரு சேர் போடப்பட்டு இன்ஸ்பெக்டர் உட்கார்ந்திருந்தார். இந்த வினாடி எழுந்து போய்விடப் போகிறார் என்பதைப் போல கால்களை அகல விரித்து சேரின் விளிம்பில் அமர்ந்திருந்தார். ஆச்சரியம் மிகுந்த கண்களில் அனாயாசமாகப் பார்த்தபடி அமைதியாக ஆரம்பித்தார்.

'டேய், மரியாதையாக கேட்கிற கேள்விகளுக்கு உடனே பதில் சொல்லணும், தெரியுதா?' என்றபடி, 'இந்தக் கூட்டத்திலே யார் இதுக்கு முன்னாடி ஜெயிலுக்கு போயிருக்கீங்க?' என்றார்.

அவரது பார்வை என்னையும் ரவியையும் ஊடுருவியது.

ஒவ்வொருவராகத் தலையாட்டினோம்.

'யாரும் போனதில்லையா? ஆந்திராவில் இல்லாவிட்டாலும், தமிழ்நாட்டிலயாவது போயிருக்கணும் நீங்க. சொல்லு, யார்? யாரு உங்களில் தலைவன்னு இப்பத் தெரியணும்' என்றார்.

'இல்லைங்க சார், அப்படியெல்லாம் இல்லைங்க. எங்களுக்கெல்லாம் பழக்கமே இப்பத்தானுங்க.' என்றோம்.

'அதெல்லாம் கிடையாது. டேய் நெல்சன், இங்க வா, நீ அன்னைக்குச் சொன்னதெல்லாம் சொல்லு, என்றார்.

அவன் ஓரடி முன்னால் வந்து அடி வாங்குவதற்கு ஏற்றாற் போல் தானாகவே கையை முன்னால் நீட்டியபடி, 'என்ன, என்ன, எப்ப? என்ன சொல்றதுங்க?' என்றான். தமிழும் தெலுங்குமாய் உளறினான். உண்மையில் அவன் எப்ப என்ன சொன்னான் என்பதெல்லாம் மறந்து விட்டான் என்பது அவனது முகத்தில் தெரிந்தது. அச்சத்தினாலும் நடுக்கத்தினாலும் வார்த்தைகள் வெளியே வரவில்லை.

'எடுடா அந்தக் கம்பை' என்றார்.

யாரோ கொடுத்தனர்.

கம்பை வீசியடித்தபடி நால்வரையும் வரிசைப்படுத்தினான்.

சடார் சடாரென அவனது கைகளில் அடி விழுந்தது. அதிகச் சத்தமாய் அவன் கத்தவில்லை. முன்னுக்கும் பின்னுக்குமாய் ஓடினான். இந்தப் பக்கம் திரும்பினார்.

'டேய், எவன்டா சாப்பிடக் கூடாதுன்னு சொன்னவன்?' என்றபடி ஒவ்வொருவராகப் பார்த்தார்.

யாரும் எந்தப் பதிலும் சொல்லும் முன்னர் நானே ஓரடி முன்னால் வந்து, ஆனால் பயந்தவனைப் போல் 'நான் தான் சார் சாப்பாடு வேண்டாம்னேன். நான் முதல்ல எனக்கு வேண்டாம்னு சொன்னேன். காரணம் கேட்டுட்டு இவர்களும் வேண்டாம்னு சொல்லிவிட்டார்கள்' என்றேன்.

ஏதோ தற்செயலாக நின்றதைப் போலச் சொன்னேன். அவருக்கு அர்த்தம் புரிந்தும் புரியாமலும் என்னை உற்றுப் பார்த்தபடியே, 'என்ன?' என்று ரவியிடம் கேட்டார்.

ரவியும் நான் சொன்னதையே சொல்லியிருக்க வேண்டும்.

கம்பு குத்தீட்டியைப் போல் என் வயிற்றில் இறங்கியது. வயிற்றைப் பிடித்தபடி முன்புறம் குனிந்திருக்க என்னை முடியைப் பிடித்து முகத்தைப் பார்த்தான். ஆத்திரமும் சந்தேகமுமாய் பார்வை, தொடர்ந்த கேள்விக்கான அர்த்தம் புரிந்தவனைப் போல் நான், 'நாங்க தப்பு செய்யலைங்க சார். தப்பே செய்யாத எங்களை இந்த மாதிரி அடிக்கறீங்க. வலி தாங்க முடியலீங்க. நாங்க சாப்பிடாம இருந்தா செத்தாவது போயிருவோம் இல்லையா? அதனால தான் சார் சாப்பாடு வேண்டாம்னு சொல்லிட்டோம். அடிக்காதீங்க சார். எங்களை விட்டுருங்க சார். விட்டிருங்க. இல்லைன்னா ஜெயிலுக்காவது கோர்ட்டுக்காவது அனுப்புங்க சார்.' என்றேன். அது அழுகையா, கதறலா அல்லது அச்சம் நிறைந்த அவசரமான வேண்டுகோளா, தெரியாது.

முடியைப் பிடித்திருந்த கைகளைப் பிடித்திருந்தேன். தலையை மெல்லமாக முன்னுக்கிழுத்து வேகமாகப் பின்னுக்குத் தள்ளினான். பின்புறச் சுவற்றில் பின் மண்டை இடித்தது. தடுமாறி எழுவதற்குள் கம்பு விர்விர்ரென கால்களில் இறங்கியது. கணுக்கால் உடைந்திருக்கும் என நினைத்தேன். நிலை தடுமாறி தாறுமாறாக கீழே விழுந்தேன்.

அவருக்கு என்னை அடிப்பதற்கு தோதாக அமையவில்லை. ஆனாலும் அவர் அடியை நிறுத்தவில்லை. கம்பு பக்கச் சுவற்றிலும் நிலத்திலுமாய் பட ஆரம்பித்தவுடன் இலக்கை மாற்றினார். மூவருக்கும் அடி தாறுமாறாய் விழுந்தது.

நெல்சன் கத்தியபடி நீளத் தாழ்வாரம் வழியாக ஓடி அடுத்த கதவை எட்டினான். நிலைமையைப் புரிந்தோ அல்லது தற்செயலாகவோ அங்கே கதவருகே ஒரு போலீசார் நின்றிருந்தார். இருபதடி நீளமும் பத்தடி அகலமும் உள்ள பகுதியில் ஒருவர் மூன்றடி கம்பு மூலம் அடிப்பதில் அடி ஒன்றும் சேதப்பட்டுவிடவில்லை. மூவரில் யாராவது ஒருவர் மீது அடி பிசகின்றி விழுந்தது. ஓடியாடி அடித்துக் களைத்துப் போன இன்ஸ்பெக்டர் திரும்பி வந்து எனது இடுப்பின் மீது ஒரு மிதி மிதித்தான்.

'உங்களைக் கொன்று தூக்கிட்டுப் போய் ரயில் ரோட்டுல வீசிட்டுப் போயிடுவேன் நாய்களா. இவனுகளை உள்ள போடு. மறுபடி வந்து கவனிச்சுக்கிறேன்' என்று கூறியபடி கம்பை கீழே வீச ஓடிப்போய் ஒரு போலீசுக்காரர் எடுத்துக்

கொண்டு போனார்.

மொண்டிக் கொண்டும் முனகிக் கொண்டும் நால்வரும் ஆங்காங்கே நின்றிருந்தோம். வலி எங்கே என்பது குறிப்பாய்த் தெரியவில்லை. வலியை விஞ்சி நின்றது அச்சம். இனி அடித்தது அடி எங்கே படப் போகிறதோ என்பதில் செல்லும் கவனம் ஓரளவில் வலியைக் குறைத்தது என்றே சொல்ல வேண்டும். எங்களை அழைத்து வந்த அதே காவலாளி மீண்டும் வந்தார்.

'உள்ளே போங்க' என்றார்,. சுற்றும் முற்றும் பார்த்தார். யாரும் இல்லையெனத் தெரிந்தது. சத்தமின்றி மெதுவாகச் சொன்னார். 'நாளைக்காவது சாப்பிடுங்கடா டேய், இவன் அடிக்கிறதுக்கு செத்துக் கித்து போயிடுவீங்க. எதையாவது ஒத்துக்கிட்டு போய்த் தொலைய வேண்டியது தானேடா. இவங்கிட்ட எதுக்கு அடி வாங்கி சாகறீங்க?' என்றார்.

உண்மையிலேயே அவரால் இவற்றைச் சகித்துக் கொள்ள முடியவில்லை போலத் தெரிந்தது. ஆனால் அந்த உணர்வை வெளிப்படுத்தக் கூட அவர் அச்சப்பட்டார் எனத் தெரிந்தது. கதவருகில் போனதும், 'மூத்திரம் போவதோ, தண்ணீர் குடிப்பதாகவோ இருந்தால் குடியுங்கள்' என்றார்.

அங்கிருந்த பானையில் தண்ணீரைக் குடித்து விட்டு உள்ளே போனோம். கதவு சாத்தியவுடன் தான் பாதுகாப்பாக இருப்பதாகத் தோனியது.

யாரையும் முகங்கொடுத்துப் பார்க்கவில்லை. சுருண்டு படுத்து விட்டேன். உடலெல்லாம் நடுங்கியது. படுத்திருந்தது மிகவும் பிடித்தது. அறைக்குள் இருள் சூழ்ந்திருந்தது. ஜன்னல் வெளிச்சத்தில் ரவி நின்று கொண்டிருப்பது தெரிந்தது. அவர்கள் ரவியிடம் பேசினார்கள். வாகாக மூலையில் சாய்ந்து அமர்ந்திருந்த மொய்தீனிடம் புதியவன் பேசிக் கொண்டிருந்தான். அதிகபட்சம் அது இப்படித்தான் எனத் தோன்றியது; 'யோவ், கொன்னு போட்டுருவானுக. இல்லைன்னாலும் அடி வாங்கி நீங்களாகவே செத்துருவீங்க, உடம்பெல்லாம் சீழ் கட்டிரும். வெளியில போய வேலை செய்ய முடியாது. எதையாவது ஒத்துக்கோங்க. கேஸைப் போட்டு உள்ள அனுப்பிடுவானுக. ஒத்துக்கோங்க' என்றான். நெல்சனும் மொய்தீனும் ஒத்திசைவுடன் கேட்டுக் கொண்டிருந்தார்கள்.

'ஒத்துக்கிட்டா அதெல்லாம் எங்கேன்னு கேட்பானே?'

'அட நீ ஒண்ணு, நீ ஒத்துக்கோ, அதெல்லாம் அவனே சொல்வான். நீ அங்கிருந்து வாங்கி கொடுத்துவிட வேண்டியதுதான்'னு சொல்லியபடி என்னை உலுக்கினான். 'எழுந்திரி, உடம்பெல்லாம் நல்லா தேய்ச்சு விடு. இல்லைன்னா எல்லாம் சீழ் பிடிச்சிரும்..ம்.. எழுந்திரி' என்றபடி என் உடம்பின் மீது அவனது கால்களால் மெல்ல மிதித்தான்.

எலும்புக்கும் சதைக்கும் இடையில் புண்கள் ஏற்பட்டிருப்பதைப் போலவும் கந்திப் போன பழத்தினுள் கை வைத்தால் சுலபமாக விரல் உட்புகுமே, அதைப் போல அவனது கால் விரல்கள் நேரடியாக எலும்பைத் தொட்டது போலிருந்தது. ஆழமாகவும், வேகமாகவும் மூச்சிரைத்தபடி புரண்டு புரண்டு படுத்தேன். சிறிது நேரத்தில் உடலை விறைத்து நீட்டினேன். உடம்பில் எங்கெங்கு அடிபட்டிருந்தது என்பதைத் தெளிவாக உணர முடிந்தது.

இரவு பேசிக் கொண்டிருந்தோம். என்ன தான் அவர் துரத்தியடித்தாலும் அவர் தொடக்கத்தில் அடிக்கவில்லை. என்பதையும், விசாரிக்கிறேன் பேர்வழி என்ற பெயரில் வாங்குகிற மொத்த அடியைக் காட்டிலும் இன்றைக்கு எல்லோருக்கும் அடி குறைவு தான் என்றும் நாம் சாப்பிடாம இருந்ததினால் தான் இன்ஸ்பெக்டருக்கே கொஞ்சம் பயம்தான்.. எங்கேயாவது செத்து விட்டால் என்ன பண்றது என்பது அவன் பார்வையிலேயே தெரிஞ்சுது.

ரவி நம்பிக்கையால் சொன்னான். 'ஏதாவது கேஸ் போட்டு அனுப்பியிருவான் குமார்' என்றான்.

என்ன ஆனாலும் சரி, இவங்கிட்ட ஒத்துப் போறதில்லையெனவும், கோர்ட்டுல ஜட்ஜ்கிட்டப் போனதும் இப்ப இருக்கிற காயத்தையெல்லாம் காட்றது. இவனை சும்மா விடப் போறதில்லை என்றேன்.

வெளியில் வந்ததும் எங்க நின்று இவனை வாட்ச் பண்ணி எப்படி இவனைக் கொல்றதுங்கறதைப் பத்தி வெகுநேரம் பேசினோம். பேச்சு கொடுத்த உற்சாகம் வலியை மறக்க எப்பொழுதோ தூங்கிப் போனேன்.

15

தடாரெனக் கதவு திறக்கும் ஓசை கேட்டு நெஞ்சை உலுக்கும் அச்சத்துடன் எழுந்தேன். நல்ல வெளிச்சமாய் இருந்தது. தலை சுற்றியது என்று நினைக்கிறேன். ஆட்கள் வேகமாக வெளியே போய் விட்டார்கள். நம்ம ஆட்களும் போய் விட்டார்கள் போலிருக்கிறது என நினைத்தேன்.

பசியா? பலவீனமா? எழுந்திருக்கவே பிரியமில்லை. மலம் போக வேண்டிய அவசியம் எதுவும் தோன்றவில்லை. ஆனாலும் மூத்திரம் போக வேண்டும் முகம் கழுவ வேண்டும். நாய்கள்... மறுபடியும் கதவைத் திறக்க மாட்டானுகளே. என்றெண்ணிக் கொண்டே, நம்ம ஆட்கள் ஏன் நம்மை அழைத்துச் செல்லவில்லை என யோசித்தபடி நேராகத் தண்ணீர்த் தொட்டியிடம் சென்று முகம் கழுவிக் கொண்டு வாய் கொப்பளித்துவிட்டு ஏதோ ஒன்று உறுத்த சுற்றும் முற்றும் பார்த்தேன்.

டிஸ்கோவும் பிக்பாக்கெட்டும் என்னையே பார்த்துக் கொண்டிருந் தார்கள். மற்றவர்கள் கக்கூஸ் சென்றிருக்க வேண்டும்.

நம்மவர்கள் எங்கே? அவர்கள் மூவரையும் விசாரணைக் கொட்டடியில் தேடிப் பார்வையை ஓடவிட்டேன். காணவில்லை.

ஒரு சில போலீசாரும் என்னையே பார்த்துக் கொண்டிருப்பது தெரிந்தது.

தொண்டையை அடைத்துக் கொண்டு வெளியில் வரமுடியாமல் ஏதோ ஒன்று உந்தியது. ஆம், அவர்கள் மூவரும் இங்கில்லை. என்ற உண்மை, யாரையும் கேட்கும் தைரியமுமில்லை. இவர்கள்

என்னைப் பரிதாபமாகவும் வினோதமாகவும் பார்த்தனர். உண்மையைச் சொல்லத் துடித்தன. சில கண்கள். ஆனால் யாரும் ஒருவருக்கொருவர் பேசிக் கொள்ளவில்லை. எனக்கு எதுவுமே தோனவில்லை. நெஞ்சுக் குழிக்குள் ஏதோவொன்று குதிக்கத் தொடங்கியது.

மலமே வராது எனத் தெரிந்தும் அவர்களது பார்வையிலிருந்து விலக கக்கூஸில் சென்றமர்ந்து விட்டேன். என்ன ஆகியிருக்கும்? எங்கே கூட்டிட்டுப் போயிருப்பார்கள்? நெல்சனைக் கூட்டிட்டுப் போன இடத்துக்காக இருக்குமோ? என்னை ஏன் கூட்டிட்டுப் போகவில்லை? அவர்களை மட்டும் கேஸ் போட்டு அனுப்பி விடுவானோ? அப்படியென்றால் என்னை மட்டும் இங்கேயே வைச்சுக்குவானோ? இனி நான் என்ன பண்றது.?

கக்கூஸ் ஐந்தரை அடி உயரம் தான். எட்டிக் குதித்தால் ஒரு வீட்டின் காலியிடம். அடுத்தது ரோடு. சந்து சந்தா ஓடினால் இவனுகளாலெல்லாம் நம்மளைப் பிடிக்க முடியாது. ஆனால் ரோட்டில் யாராவது கூட்டமாச் சேர்ந்து பிடிச்சிட்டா தீர்ந்தோம். கொன்னே போடுவானுகளே. முடியாது. அதிலேயும் நம்மளும் வேகமா ஓட முடியாது. சாப்பாடு இல்லாம முழுசாய் இரண்டு நாள் முடிஞ்சுது. அதுக்கு முன்னாலேயும் ஒரு வாரமா ஒரு நேரச் சாப்பாடு தொடர்ந்து வாங்குன அடி தூக்கமின்மை, ம்... க்கும்... தப்பிக்கவே முடியாது. மறுபடியும் சிக்கினமோ, உண்மையிலேயே நான் திருடன்னு முடிவு கட்டிருவானுகளே! சே, என்ன இது, இவங்கள் எப்படி என்னை எழுப்பிச் சொல்லாம கூடப் போனாங்களோ!

கதவு படபடவெனத் தட்டப்பட்டது. மலம் கழிக்கவேயில்லை. வெறுமனே தண்ணீரை எடுத்து ஊற்றிவிட்டு வெளியே வந்தேன். எல்லோரும் உள்ளே போவதற்கு வரிசையாய் நின்று இருந்தனர். தண்ணீர் குடிக்க வேண்டும் போல இருந்தது. இப்பொழுது எனக்காகப் பேச யாருமில்லை. 'தண்ணி, நீலு, வாட்டர்' என்றேன், அனுமதியுடன் குடித்தேன். கொஞ்சம் நிறையக் குடிக்கலாம் என்ற ஆசையில் செம்பு நிறைய எடுத்தேன். பாதிக்கு மேல் குடிக்க முடியவில்லை.. வாந்தி வரும் போல இருந்தது. வெறும் வயிற்றில் தண்ணீர் மோதிக் குளிர்ச்சியூட்டியதை உணர முடிந்தது.

கொஞ்சம் தெளிவாக இருந்தது. லாக்கப் முன்னால்

எல்லோருக்கும் மாமூல் கிடைத்தது. ஓடாமல் ஆடாமல் அசையாமல் நின்று விஷ்... என்ற இரைச்சலுடன் கூடிய ஒரு அடியை பிட்டத்தில் வாங்கிக் கொண்டு ஓடினேன்.

பூட்டப்பட்ட கதவுகளுக்குப் பின் நின்று கொண்டு அப்பொழுது தான் புதிதாக வந்தவனைப் போல் அனவரையும் பார்த்தேன். அவர்களும் அப்படியே என்னைப் பார்த்தார்கள். 'பீடி வேண்டுமா?' என்றனர். ஆளுக்கொன்றைப் பற்ற வைத்துக் கொண்டிருந்தனர்.

அனுபவஸ்தன் மெல்லமாக கையசைத்து என்னை அவனருகில் அமர வைத்தான். எல்லோரும் என்னென்னமோ கூறினர்.

இன்னைக்கு சாப்பாடு சாப்பிட்டு விடு, அவர்களெல்லாம் இனி இங்க வராமலே போனாலும் போகலாம். விட்டு விடுவானுகளா இல்லையா என்றெல்லாம் தெரியாது. நடுராத்திரி மணி எவ்வளவு என்று கூடத் தெரியவில்லை. சப்தமின்றி மெல்லக் கதவைத் திறந்தார்களாம். யாரோ ஒருவர் ஜன்னல் வழியாக டார்ச்சு லைட் அடித்தார்களாம். அதோ அவர்களை எழுப்பு என்றார்களாம். இந்தச் சத்தங்களில் ரவியும் மொய்தீனும் எழுந்து விட்டனர். அப்படியே அவர்களது தோளைப் பற்றி இழுத்திருக்கிறார்கள். அவர்கள் அமைதியைக் கையாண்டதாலோ அல்லது அச்சத்தினாலோ இவர்களும் சத்தமின்றி வெளியே சென்றுள்ளனர். டார்ச்சைக் கையில் பிடித்தபடி வந்த காவலாளி ஒருவர் வந்து நெல்சனையும் எழுப்பிச் சென்றுள்ளார். குறிப்பாக இது எனக்குத் தெரியக் கூடாது என்பதில் கவனம் செலுத்தினார்கள் எனச் சொன்னான்.

பாதி மொழி சைகை மொழியாக இருந்ததால் ஓரளவு புரிந்து கொள்ள முடிந்தது. இவர்கள் மீண்டும் எனக்கு அதையே சொன்னார்கள். எதையாவது ஒத்துக்கோ, இல்லைன்னா அடி வாங்கிச் செத்துருவே.

திரும்பத் திரும்பச் சொன்னார்கள். எனக்குப் புரிய வைக்க மிகவும் பிரயத்தனம் செய்தார்கள். அவர்கள் சொல்வது தான் புத்திசாலித்தனமானது என்பதில் அவர்கள் அசையாத நம்பிக்கை வைத்திருந்தார்கள் என்பது ஒடுங்கிய முகங்களுடன் கூடிய குழிவிழுந்த வெளிறிய கண்கள் பளீரிட்டபோது தெரிந்தது.

எனக்குப் பிடிக்கவில்லை. அவர்கள் சொல்வதை எல்லாம்

ஏற்றுக் கொள்ள முடியவில்லை. நான் வீட்டை விட்டு ஓடி வந்தவன். எனக்காக இங்கு யாரும் இல்லை. உயிரோடு இருந்து யாரையும் சந்தோஷப்படுத்தப் போவதுமில்லை. நான் இறந்து விட்டால் யாரும் துயரப்படப் போவதுமில்லை. என்னுடைய விலாசம் குண்டூரில் யாருக்கும் தெரியாது. அப்பொழுது இந்தச் செய்திகள் எந்த வகையிலும் எங்கள் வீட்டைப் போய்ச் சேராது. அந்த வகையில் அப்பாடா, தப்பித்தேன்.

ஒத்துக்கிட்டாலும் அவன் சொல்கிற யாரையாவது நான் காட்டிக் கொடுக்க வேண்டும். அவனைப் பிடித்து அடிச்சி அவங்கிட்ட இவனுக பணம் புடுங்குவானுக அல்லது அவனை ஜெயில்ல போடுவானுக. நாம ஜெயிலுக்குப் போறதே தப்பு. இதுல நம்மால எவனோ பாவம், அப்பாவி அல்லது சம்மந்தமேயில்லாத ஒருத்தனைக் காட்டிக் கொடுக்கிறது நம்மால் முடியாது. அதுக்கு இங்கேயே அடி வாங்கி செத்துப் போய்விடலாம்.

இல்லையா, இவன் திருடவேயில்லை போலிருக்குன்னு வெளியில் விடட்டும். இத்தனை அடி வாங்கினமாம், இனி அடி வாங்கறது தான் புதுசா? ஆனா உயிரோட மட்டும் வெளியிலே போயிட்டேன்னா, உடம்பு அழுகிப் போயிருந்தாலும் சரி, அவன் ஓட்டற வண்டியிலிருந்து பிரேக்கைக் கழட்டி விட்டாவது அவனைக் கொன்று போடறது. எதையும் ஒத்துக்கிறதில்லை தெரியாது, தெரியாது, தெரியாது. பார்த்து விடலாம் என்றபடி கற்பனைக்கெட்டாதபடியெல்லாம் கற்பனை பண்ணிக் கொண்டு, அவ்வப் பொழது நண்பர்களையும் ஹென்றி ஷாரியரையும் பகத்சிங்கையும் அவரது நண்பர்களையும் பற்றிக் கற்பனை பண்ணிக் கொண்டு ஆவேசமும் பயமுமாய் அமர்ந்திருந்தேன்.

மனமாற்றத்துக்காக, துயரம் தவிர்க்க முடியாத போதெல்லாம் எனக்குக் கை கொடுக்கும் எனது கற்பனைச் சிறகு மீண்டும் முளைத்தது. முடங்கிப் படுத்துக் கொள்வது உடலுக்குத் தேவையாய் இருந்தது; மனதிற்குப் பாதுகாப்பாய் இருந்தது. மொழியறிவு இன்மை மற்றவர்களின் தொல்லையிலிருந்து விடுவித்தது. தூக்கமா, கனவா, கற்பனையா, இனம் புரியாத சூழலில் நேரம் ஓடிக் கொண்டிருந்தது. வியர்வை வடிந்து உடலெல்லாம் கசகசத்து என்னைச் சுற்றிலும் ஈரம் படிந்திருந்தது. எந்த வித அருவருப்பும் கூச்சமுமின்றி புரண்டு புரண்டு படுத்திருந்தேன்.

மதியம் ஒரு மணியோ இரண்டு மணியோ இருந்திருக்கும்.

16

எல்லோருக்கும் சாப்பாடு பொட்டலம் வந்தது. ஆச்சரியம், அதில் எனக்கும் ஒரு பொட்டலம் இருந்தது.

கதவோடு ஒட்டியபடி மற்றவர்கள் வாங்குவதைப் பார்த்துக் கொண்டிருந்தேன். எல்லோரும் வாங்கிய பின், எனக்குரியதை கிழவன் கையில் வைத்துக் கொண்டு என்னையே பார்த்தான். வாங்கிக் கொள்ளும்படி அவன் சொல்லவில்லை. ஆனால் அவன் கையிலிருப்பது என்க்குத்தான் என்பது புரிந்தது.

உண்மையில் அந்த உணவு மீது ஆசை வந்தது. முதல் நாட்களில் சாப்பிட்ட உணவின் சுவை நாக்கில் ஊறி நினைவு படுத்தியது. கலந்து விவாதிப்பதற்கோ நண்பர்கள் ஒருவரும் இல்லை. நான் விரும்புவதாலோ மறுப்பதாலோ என்னைத் தவிர வேறு யாருக்கும் பாதிப்பு இருக்கப் போவதில்லை.

என்ன செய்வது என்று யோசித்துக்கொண்டிருக்கும் போதே, ஜன்னலுக்கு வெளிப்புறமாய் பக்கவாட்டிலிருந்து திடீரென ஒரு முகம் தெரிந்தது.

'அடேய் என் மகனே, அவனுகளெல்லாம் தாங்கள் திருடியதாக ஒத்துக் கொண்டு விட்டார்களடா. லாலாபேட்டை ஸ்டேஷன்ல தான் அவனுக இருக்கானுக. ஏதாவதொரு கேஸைப் போட்டு ஜெயிலுக்கு அனுப்பச் சொல்லி இன்ஸ்பெக்டர்

சொல்லிவிட்டார். அதனால தான் உன்னைக் கேட்காமலேயே சாப்பாடு வாங்கிட்டு வரச் சொன்னேன். சாப்பாட்டை வாங்கிச் சாப்பிடு. லாலாபேட்டை ஸ்டேஷன்ல அவனுகளுக்கெல்லாம் உங்க சையத் கரீம் கடையிலிருந்து தான் வாங்கிக் கொடுத்திருக்கிறது. அவனுகளும் சாப்பிட்டுட்டானுக. நீயும் வாங்கிச் சாப்பிடு'.

உண்மையிலேயே நான் இரண்டு நாட்களாகச் சாப்பிடவில்லை என்பது அவருக்குத் தெரியும். அதனால் அந்தக் குரலில் கொஞ்சம் கரிசனம் தெரிவதாய்த் தெரிந்தது.

அவருக்கு பதில் என் கண்களில் தெரிந்திருக்க வேண்டுமே. நான் எழுந்திருக்கும் முன்பே டிஸ்கோவிடம் 'இதை அவனுக்குக் கொடுடா' என்றபடி உள்ளே கொடுத்தார். அவனும் மிக வேகமாக எழுந்து வாங்கி ஒரு பணிவுடன் அல்லது பணிவன்புடன் கொடுத்தான்.

நான் ஒன்றும் தாமதிக்கவில்லை, எல்லோரும் 'சாப்பிடு, சாப்பிடு' என்றாரகள். பசியின் கொடுமையை அறிந்தவர்கள் என்றாலும் நீண்ட நேரம் பசிக் கொடுமையைச் சகிக்க முடியாத அவர்கள் அவசரப்படுத்தினார்கள். தண்ணீர் சொம்பை என் பக்கம் நகர்த்தினார்கள். (அவர்களது கருணைக்கு நன்றி.)

நிதானமாக பிரிக்க முடிவு செய்து அசால்ட்டாக பொட்டலத்தைப் பிரிக்க தவறி கீழே விழுந்தது. கொட்டிவிடுமோ என அச்சமும் அவசரமும் பட்டதில் தடுமாறியதில் பரக்கப் பரக்க அவிழ்த்ததைப் போலானது. தலை நிமிராமல், இருந்த மொத்த உணவுக்கும் சரியாகப் போகும்படி குழம்பைக் கலந்து எடுத்து விழுங்கியபோது லாக்கப் உணவிலும் சுவை கூடியிருந்தது. கொஞ்சம் சாப்பிட்ட பின் ஏதோ தடுமாறியது. குமட்டலெடுத்தது, தண்ணீரைக் குடித்து சமன் செய்து விட்டு மறுபடியும் கொஞ்சம், அவ்வளவு தான், அதற்கு மேல் சாப்பிட முடியவில்லை, மூச்சிரைத்தது.

சாப்பாட்டை நிரண்டியபடி அமர்ந்திருக்கும்போது ஜன்னலருகில் நான் சாப்பிடுவதை பார்க்க ஒரு சில போலீசார் நேரடியாகவும் சிலர் பார்க்காததைப் போலவும் பார்த்தபடி சென்று கொண்டிருந்தனர்.

நண்பர்கள் கொஞ்ச நேரம் கழித்து, 'சாப்பிடு, வீணாக்கி விடாதே, அப்படித்தான் இருக்கும்' என்றனர்.

ஏதோ அவசர காரியமாய் போய்க் கொண்டிருந்ததைப் போல் சென்று கொண்டிருந்த கிழவன் திடுக்கென் நின்று கொண்டு பார்த்தான். தான் கஷ்டப்பட்டு வாங்கி வந்த உணவு வீணாகி விடவில்லை என்பதை உறுதி செய்து கொண்டு அங்கிருந்து நகர்ந்தான்.

அன்று இருட்டும் வரையிலும் இருட்டிய பின்னரும் கூட அந்த சாப்பாட்டை தின்று கொண்டிருந்தேன். அப்படித்தான் சாப்பிட முடிந்தது. ஆனால் ஒரு துளி உணவைக் கூட வீணாக்கி விடவில்லை. நீண்ட கருத்த மிளகாய் ஒன்று வெகுவாய் உதவி செய்த்து.

அவர்களனைவரும் சாப்பிட்டிருக்க வேண்டுமென மனம் விரும்பியது. போலீஸ்காரர் சொல்லியது போல்ல்லாமல் யாராவது எங்காவது சாப்பிடமால் இருந்தால் அதற்காக அடிபட்டால் அவர்களுக்கு ஏதாவது ஆகிவிட்டால், ஐய்யய்யோ! நான் எப்படி அவன் சொல்லியதை உடனே நம்பலாம்? எனக்கு என் மேலேயே கோபமும் ஒரு வகை அருவருப்பும் உருவானது. அல்லது நான் தனிமைப்பட்டடவுடன் பயந்து போய் விட்டேனா? தனித்து நின்று எதிர்ப்பைச் சந்திக்கும் திராணியற்றுப் போய் அவர்கள் சொன்னபடி நடந்து கொண்டேனா? அல்லது பசி தாங்க முடியவில்லையா?

நான் அடிபடுவதில் மட்டும் தான் வலிக்கிறது. அந்த வலியை வேறு யாரும் வாங்கிக் கொள்ள முடியாது. ஆயினும் நண்பர்கள் உடனிருந்தது எவ்வளவோ ஆறுதலாயிருந்தது. ச்சே... தனிமைப்பட்டவுடன் பயந்து போய்த்தான் சாப்பிட்டு விட்டேன்.

கூட்டமாயிருந்தாலும் தனியாக இருந்தாலும் அடி எவனுக்குப் பட்டதோ அவனுக்கு மட்டும் தான் வலிக்கும். அதை மாற்ற முடியாது. கூடி இருக்கும்போது எனக்கு விழுந்த அடி எனக்குத்தான் வலி ஏற்படுத்தியது. ரவிக்கோ மற்றவர்களுக்கோ அல்ல. எனக்கு அடிபடும்போது அவர்கள் யாராவது குறுக்கே விழுந்து தடுக்க முடிந்ததா? அதுவும் இங்க முடியாது. அப்படியிருக்கும்போது நான் தனிமைப்பட்டவுடன் எப்படி முடிவை மாற்றலாம்? ச்சே... ஏமாந்து விட்டேன்.

வேதனைப்பட்டேன். அவமானப்பட்டேன். என் பயம் எனக்குப் பட்ட வர்த்தனமாகத் தெரிந்தது. அவமானப்பட்டேன். அவர்கள் ஒருக்கால் சாப்பிடாமலிருந்தால், போலீஸ்

சொல்வது பொய்யாயிருந்து அவர்கள் எதையும் ஒத்துக் கொள்ளாமலிருந்தால், இதைத் தொடங்கி வைத்த நான் மட்டுமே மாறியிருந்தால், ச்சே... என்ன துரோகம்! ஐய்யய்ய! எனப் புலம்பியது மனம்.

இருளில் யார் முகத்தையும் பார்க்க முடியாமலிருந்தது எனக்கு நல்லதாகப் போய்விட்டதாகத் தெரிந்தது. இன்று மதியத்திற்கு மேல் இவர்களும் கூட அவ்வப்பொழுது நகைத்தபடி பேசிக் கொண்டிருப்பது கூட இது பற்றியாகத் தான் இருக்குமோ!

இருளை ஊடுருவி அவர்கள் என்னைப் பார்க்கிறார்களா எனப் பார்த்தேன். இருளில் தீப்பெட்டி உரசும் சத்தமும் திடீரென சிவப்பு வெளிச்சமும் பரவியது. கழுத்தைக் குறுக்கிக் கொண்டு கண்களை உயர்த்தியபடி பார்த்தேன். இறந்தவனின் கண்களைப் போன்ற இரண்டு கண்களும் ஆழ்ந்த கவனத்துடனும் பற்றவைக்கப்பட்ட பீடியும் தெரிந்தது. பீடியின் சிவப்பு முனை பெரிதாக விரிவதும் சுருங்குவதுமாய் இருந்தது. சின்ன வட்டத்திற்குள் சுற்றிய சிவந்த முனை என்னை அவன் பார்க்கிறானோ என நினைக்கத் தூண்டியது.

நண்பர்களைப் பற்றிச் சிந்தித்தேன். வாய் பிளந்து கத்திக் கதறும் மொய்தீன், லாக்கப்பிற்குள் இருந்தாலும் சின்னப் பையனைப் போல, 'சார், சார்' எனக் கத்திக் கொண்டு குதித்தோடி விழுந்து எழுந்து அடி வாங்கும் நெல்சன். நின்ற இடத்தில் நின்றபடி கையை நீட்டி அடி வாங்கிக் கொள்ளும் ரவி. எவ்வளவு அடிவாங்கினாலும் அவனது அழுகை மட்டும் எனக்கு செயற்கையாய்த் தோன்றும். ரவி தாக்குப் பிடிப்பான். அவன் சாப்பிடாமலிருக்கவும் வாய்ப்பு உண்டு. மொய்தீனும் நெல்சனும் பற்றி நம்பிக்கையில்லை. லாலாபேட்டை ஸ்டேஷன் போனவுடனே யாரிடமாவது சொல்லிவிட்டு சையத் கரீம் கடையில் கேட்டு வாங்கிச் சாப்பிட்டிருப்பார்கள். தனியாக என்றால் எதையெதை ஒத்துக் கொள்ள வேண்டும், எதை மறுக்க வேண்டும் என்ற விவ்ஸ்தை இல்லாமல் அப்போதைக்கு அடி இல்லாமல் இருப்பதற்காக எதை வேண்டுமானாலும் ஒத்துக் கொள்வார்கள். ரவி புத்திசாலித்தனமாகத் தப்பிப்பதற்கு ஒத்துப் போவது தான் சரியென்றால் ஒத்துக் கொள்வான். மறுத்து நின்றாலும் உறுதியாய் மறுப்பான்.

ஆமாம், நான் என்ன செய்வது? என்னை ஏன் இங்கேயே

வைத்துக் கொண்டார்கள்? இன்ஸ்பெக்டர் என்னைத் தனியாக விசாரிப்பாரா? எங்களைப் பிரிப்பதன் நோக்கம் என்ன? பிரித்தால் யாருக்கு பலவீனம்? என்னிடமிருந்து அவர்களைப் பிரிப்பதால் அவர்களுக்கு பலவீனமா?. அப்படியென்றால் இனிமேல் தான் எனக்கு விசாரணையா? என்னைக் கேள்வி கேட்டால் நான் என்ன பதில் சொல்றது? ஏற்கெனவே கேட்ட கேள்விகளை நினைத்துப் பார்த்தேன். திட்டவட்டமாக நம்மைத் திருடனாக நினைத்து திருடனாக்க மட்டுமே கேட்கப்பட்ட கேள்விகள். நடந்த திருட்டுகளை சுட்டிக் காட்டி கேட்கப்பட்ட கேள்விகள்.

அவர்களுடைய நடத்தைகளின், கேள்விகளின் ஒரே நோக்கம் கட்டாயமாக நாங்கள் திருடர்களாக இருக்க வேண்டுமென்பதே அப்படியில்லாமலிருப்பதில் அவர்களுக்கு எந்தப் பலனும் இல்லை என்பதைப் போல. நான் அல்லது எங்களில் ஒருவர் திருடியதாக ஒத்துக் கொண்டால் அவர்கள் எங்களின் மேல் பிரியப்படுவார்கள் போலிருந்தது. என்ன செய்வது? அவர்களுக்குப் பிரியமான திருடனாயிருப்பதா? அல்லது அவர்களுக்கொரு தொல்லையாகக் காட்சியளிக்கின்ற மனரீதியிலான இரக்கமற்ற வன்முறைக்கு கட்டுப்படாதவனாக பரிசுத்தமானவனாக இருக்காவிட்டாலும் ஒரு சாதாரணமானவனாகவே இருப்பதா என்ற கேள்வி நெஞ்சம் முழுவதும் பரவியது. விசாரணை என்ற பெயரில் நடைபெற இருக்கின்ற கொடுமை அச்சுறுத்தியது. அவன் சொல்லியது போல் கொன்று ரயில் ரோட்டில் வீசிவிடுவானோ?

நண்பர்களை வெளியே விட்டிருந்தால் தப்பித்தால் போதுமடா சாமி என்ற நிலையில் மூலைக்கொருவராய் ஓடி விடுவார்கள். எங்களில் யாரையும் பார்த்து மற்றவன் எங்கே என்று கேட்கிற அவசியம் யாருக்கும் கிடையாது. இங்கே கொல்லப்பட்டால் கேள்வி கேட்கிற ஆளே கிடையாது. இரவில் கொண்டு போய் வெளியே வீசிவிட்டு வந்தால், இரண்டு நாட்கள் கழித்து அனாதைப் பிணமாக இவர்களே புதைத்து விடுவார்கள்.

என்ன செய்வது? அனாதையாய்ச் சாவதா? அவன் கேட்டதற்கெல்லாம் ஆமாம், ஆமாம் என்று சொல்லி அவனை சந்தோஷப்படுத்தி திருடனாவதா?

சரி, திருடனானபின் என்ன நடக்கும்? ஏற்கெனவே அனுபவஸ்தர்கள் கூறியபடி யாரிடமாவது பொய் சொல்லி ஏதாவதொரு பொருள் பிடுங்கிக் கொடுக்க வேண்டும். நான்

அடியிலிருந்து தப்பிப்பதற்காக யார் யாரையோ காட்டிக் கொடுக்க வேண்டும். பாவம், உள்ளூர்காரனாயிருந்தால் அவமானத்தாலேயே இறந்துவிடுவானே! சேச்சே... எக்காரணம் கொண்டும் இவனுகளிடம் யாரையும் காட்டிக் கொடுக்கக் கூடாது. என்ன நடந்தாலும் சரி இவனுகளெல்லாம் சேர்ந்து கொன்னாலும் சரி, இவனுகளுக்கு மட்டும் ஒத்துப் போகக் கூடாது.

நான் திருடனுமல்ல. இவனுக வேணுமின்னா நாம வேலை செஞ்ச கடைகளில் விசாரிக்கட்டும். யாராவது ஒரு ஆளாவது நம்மளை திருடன்னு சொல்வாங்களா! அவங்க எதுக்கு அனாவசியமாச் சொல்லப் போறாங்க.!

இவனுகளுக்கு நல்லா தெரிஞ்சு போச்சு. இந்த நாய்களையெல்லாம் இங்க கேக்கறதுக்கு ஆளில்லாத அனாதைகள். நாலு சாத்து சாத்தி திருட்டனு ஒத்துக்கிட்டானுகன்னா எவனையாவது பிடிச்சு பணம் பிடுங்கலாம். திருடன்னு கேஸ் போட்டு நல்ல பேரும் வாங்கிக்கலாம். முடியாது.. முடியாது.. முடியாது.. திருடினியான்னு கேட்டால் இல்லைன்னு சொல்லிர வேண்டியது தான்.

அவனுக்கென்ன பதில் சொல்ல வேணும் என்ற அவசியம்! எதையாவது கேட்டான்னா தெரியாதுன்னுட்டுப் போக வேண்டியது தானே! எப்படியும் அடிக்கப் போறானுக. அப்புறம் என்ன? செத்தாலும் சரி. இவனுகளுக்கு ஒத்துப் போறதில்லை.

நல்லவன்னு நெனச்சி வெளியில விட்டா விடட்டும் இல்லைன்னா கேஸ் ஏதோ போடுவானாமே அப்படியாவது போடட்டும். இவனுகளோட அடி உதைக்குப் பயந்து போய் கண்டதையெல்லாம் உளறப் போவதில்லை. நடக்கிறது நடக்கட்டும். நல்ல வேளையாக இன்னைக்கு சாப்பாடு சாப்பிட்டு விட்டோம். கொஞ்சம் அடி விழுந்தாலும் தாக்குப்பிடிக்கிறதுக்காவதும் முடியும். இல்லையின்னா சீக்கிரமே மனசு மாறிவிடும். அல்லது செத்துப் போயிடுவோம் என்றெண்ணிய படியே மரணத்துக்கொப்பான தூக்கத்திலாழ்ந்தேன்.

துல்லியமாகக் கணிக்கப்பட்ட அடியாக இருக்க வேண்டும்.

17

முழங்காலில் மடா ரென மோதியது. ஐய்யோ என்று துள்ளியபடி எழுந்தேன்.

எங்கிருந்தோ யாரோ டார்ச் லைட் அடித்துக் கொண்டிருந்தார்கள். சடாரென ஒரு அடி தோள்பட்டையில் பிரம்பு விழுந்து தெறித்தது. கம்பு வந்தது இருளில் தெரியாததால் பேய் தாக்கியதைப் போல் உணர்ந்து துள்ளித் தெறித்து ஓட நினைத்ததில் யார் யாரோ மோதி அலறிக் கத்தியபடி விழுந்ததில் மண்டை பக்கச் சுவரில் பட்டென மோதியது.

ஒரு சில வினாடிகள் அமைதி. அப் பொழுது தான் அந்த அறையிலிருந்து ஒரு சிலர் பயத்தினாலும் தாறுமாறாக வீசப்பட்ட கம்பு அவர்களின் மேலும் பட்டதாலும் கத்திக் கொண்டிருப்படது தெரிந்தது. டார்ச் ஒளி என் முகத்தில் பட்டது. நானும் ஒளி வழியாகப் பார்க்க முயற்சி செய்தேன்.

'இழுத்து வாங்கடா அவனை' என்று கர்ஜித்தது குரல்.

நானே எழ முயற்சி செய்தேன். ஆனால் இழுத்து வாங்கடா என்ற சொல்லை அவர்கள் அப்படியே செயல்படுத்தினார்கள்.

அழுக்குப் பிடித்த தலைமுடிக்குள் தனது விரல்களைச் சிக்க வைத்த எவனோ ஒரு போலீஸ்காரன், அருவருப்புத் தாள முடியவில்லை போலிருக்கிறது. தலையைக் கீழ்நோக்கி அழுத்தியபடியே இழுத்தான். நான் நடந்தேனோ அல்லது

உட்கார்ந்த நிலையில் இழுத்துச் செல்கிறேனா என்பது தெரியவில்லை.

பகலில் முகங்கழுவ வரும்போது நிற்கின்ற மைதானத்தின் நடுவில் தள்ளி விடப்பட்டேன். 'எழுந்திரு, எழுந்திரு' என்றார்கள். மெல்ல எழுந்தேன். சுற்றிலும் பார்த்தேன். இருண்ட வானம், சுற்றிலும் இருள், வீதி விளக்கு எரிந்திருக்க வேண்டும். சாய்வுக் கூரையினடியில் போடப்பட்டிருந்த ட்யூப்லைட்டின் மங்கலான ஒளி மட்டும் எங்களுக்கு அளவாக இருந்தது. இன்ஸ்பெக்டர் ஷ்யாம் சுந்தரும் மூன்று போலீஸ்காரர்களும் நின்று கொண்டிருந்தனர்.

இன்ஸ்பெக்டர் காக்கி பேண்டும் கைவத்த வெள்ளை பனியனும் போட்டிருந்தார். கைகளைத் தேய்த்துக் கொண்டு முகத்தை இறுக்கமாக வைத்தபடி நின்றிருந்தான்.

'சொல்லு, சொல்லு, சொல்லு என் மகனே சொல்லு' என்று மெல்லமாகச் சொல்லிக் கொண்டிருந்தவன், 'சொல்லுடா நாய் மகனே' என்று உரக்கக் கத்தினான்.

என்னைச் சுற்றிலும் இருந்த மூவரும் ஏக்காலத்தில் சடார்சடாரென அடித்தார்கள்.

ஐய்யோ, ஐய்யோ என்று எத்தனை சத்தம், எத்தனை நேரம், எந்த வடிவத்தில், நின்றபடியா, உட்கார்ந்தபடியா, எத்தனை அடிகள், எவ்வளவு நேரம் உருண்டு பிரண்டு கைகள் இரண்டும் தலைக்குப் பாதுகாப்பாய் இருக்க காலில் இடுப்பில் தோள் பட்டையில் உடலில் அடிபடாத இடங்களை கைவிரல் எண்ணிக்கைக்குள் அடக்கி விட முடியும். எல்லாமே ஸ்தம்பித்தது போல் மௌனம். எனக்கு சுவாசம் இருந்தது.

போலீசார் மூவருமே மூச்சிரைத்தபடி முனகினார்கள். அவர்களது பார்வை இன்ஸ்பெக்டரின் உணர்வுகளை எடை போட்டுக் கொண்டிருந்தது. இன்னும் தயார் நிலையில் நின்றனர்.

ஒரு ஆள் இருமினான். என்னென்னமோ கேட்டார்கள்.

'தெரியாது, தெரியாது, தெரியலைங்க சார்.'

அடித்தார்கள் கேட்டார்கள்.

'தெரியாது, தெரியாது, தெரியலைங்க சார், தெரியாது'

உடல் முழுவதும், கழுதை சாம்பலில் படுத்துப் பிரள்வதைப் போல் மண்ணில் கிடந்து உருண்டு பிரண்டது. முழுவதுமாகக் கீழே கிடப்பதில் அடி சரியாக விழவில்லை என்ற உண்மையைப் பற்றி அக்கறையாகப் பேசிக் கொண்டார்கள்.

எழுந்து உட்காரச் சொன்னார்கள். துவண்டு போன வாழைப்பட்டையாக உணர்ந்தேன். முடியைப் பிடித்துத் தூக்கி எழுந்து அமர்வதற்கு உதவினார்கள். கால் நீட்டியபடி அமர்ந்தேன்.

இன்ஸ்பெக்டருக்கு ஒரு ஸ்டூல் போடப்பட்டது. கம்பைக் கையில் வாங்கிக் கொண்டு உட்கார்ந்தார். எதையெதையோ கேட்டார்., தெரியாது, தெரியாது சார்' உண்மையில் எனக்குத் தெரியாத விஷயங்கள் தான் அது.

அவ்வப்பொழுது ஓங்கி அடித்தார். அவர் நிதானமாக ஓங்கி அடிக்கும்போது கைகளை நீட்டி சரியாக அடி வாங்கிக் கொண்டேன்.

'ஷ்..ஷ்...ஷ்.. தெரியாது சார், தெரியாது சார்.'

கையில் தொடர்ந்து அடி வாங்கி அடி வாங்கி அது வீங்கி விட்டிருந்தது.

அவ்வப்பொழுது அவர் தலைக்குப் படாமல் நிதானமாக, ஆனால் ஆழத்துடன் இரண்டு தோள்பட்டையிலும் அடித்தார். அவர் திறமையாக அடிப்பதைப் பரிசோதித்துக் கொள்வதைப் போல வேகமாகவும், தலையில் படாமலும், தோளிலும், கைகளின் பக்கவாட்டிலும் நாம் எப்படி உடலை வளைக்கிறோமோ அதற்கேற்ப அவர் அடியை மாற்றி ஆனால் வலு தப்பாமல் அடித்தார். அவர் எதைக் கேட்கிறார், என்ன சொல்கிறார் என்பதெல்லாம் எதுவும் புரியவில்லை.

'தெரியாது சார், தெரியாது. நான் திருடனல்ல, திருடனல்ல. எனக்கு எதுவும் தெரியாது.'

ஒரு மணி நேரமோ அதற்கு மேலானதோ தெரியாது. நிறுத்தி நிதானமாக அவர் சொன்னார். 'கைகள் வீங்கி விட்டது. இனியும் அடித்தால் வீக்கம் பிளந்து விடும். கைகள் வாழ்நாள் முழுவதும் வேலைக்கு ஆகாது. ஒருக்கால் கைகள் சீழ் பிடித்து கைகளை எடுக்க வேண்டி வரலாம். அதனால் கையை நீட்டி நீட்டி அடி வாங்காதே' என எச்சரித்தார்.

ஆனால் அடிப்பதை நிறுத்தவில்லை.

கையில் வலி எல்லையைக் கடந்திருக்க வேண்டும் அல்லது வேறு வழியின்றி உடம்பில் வேறு எங்காவது அடிபடுகிறது என்றால் அந்தப் பகுதிக்குப் பாதுகாப்புக் கொடுப்பது கைகளுக்குக் காலங்காலமாகச் செய்த வேலையாக இருக்க வேண்டும். ஏனென்றால், கைகள் வீங்கி, கைகள் இரண்டும் குத்துச் சண்டை க்ளவுஸ் அணிந்திருப்பதைப் போல ஆகியிருந்தது. ஆனாலும் வரும் கம்பைத் தடுக்க, குனிந்து வளைந்து நெளிந்து எப்படியாவது கைகள் அந்த இடத்திற்குச் சென்று தடுத்து வந்தது ஆச்சரியம் தான். வேறு இடத்தில் அடி வாங்கினால் கைகளுக்கு என்னவாகிவிடும் என்று தெரியவில்லை. அந்த அளவிற்கு அடி வாங்கியிருந்தது.

இன்ஸ்பெக்டர் துளியும் சலித்ததாகத் தெரியவில்லை. 'சொல்லிரு, இல்லைன்னா நீ தப்பிக்கவே முடியாது, சொல்லு, சொல்லு, எங்கெங்க என்னென்ன பண்ணுனீங்கன்னு சொல்லு, சொல்லு' என்றபடி அடித்தார்.

இன்ஸ்பெக்டருக்கு வியர்த்துக் கொட்டியது. மூச்சிரைத்தலடி போலீசாரில் ஒருவனைக் கூப்பிட்டு கயிறு எடுத்து வரச் சொன்னார்.

நான் பழைய 'சம்மட்டி' அடியை நினைத்துக் கதறினேன். கெஞ்சினேன். 'சார், சார், என்னை விட்டுருங்க சார். எங்கேயாவது ஓடிப் போயிடறேன் சார், சார், என்னை விட்டுருங்க' என்றபடி கத்தினேன்.

'என் மகனே, உன்னைக் கொல்லாம விடமாட்டேன்டா நான் சொல்லு, சொல்லிரு. எங்கெங்க என்னென்ன பண்ணினீங்கன்னு எல்லாம் எனக்குத் தெரியும். சொல்லிரு. இல்லைன்னா நீ தப்பிக்கவே முடியாது சொல்லு, சொல்லு'. ஏதேதோ பேரு எல்லாம் சொன்னான். ஆள் பேரு, கடை, ஊர்பேரு, எதுவும் தெரியாது. மொத்தத்தில் தெரியாது, தெரியாது. தெரியாது.

அதற்குள்ளாக அந்த போலீஸ்காரன் கயிறுடன் வந்தான். இன்ஸ்பெக்டர் ஏதோ சொன்னான். கயிற்றுடன் என்னருகில் வந்தான் போலீஸ்காரன்.

நானும்கூடக் காலைக் கட்டுவான் என நினைத்து, இனித்

தவிர்க்க முடியாது என்பதால் கால்களை ஒருங்கிணைத்து நேராக நீட்டினேன்.

'டேய், கையை நீட்டுடா' என்றபடி என் கைகள் இரண்டையும் முதுகுப் பக்கத்தில் இருக்கும் படியாகக் கட்டினான். தோள்பட்டை மூட்டுகள் பிய்த்து விடும் போல் இருந்தது.

இன்ஸ்பெக்டர் ஸ்டூலில் வாகாக அமர்ந்து கொண்டார்.

'சொல்லு, சொல்லு. எங்கெங்க என்னென்ன பண்ணினீங்க. சொல்லு'

'தெரியாது, தெரியாது சார். எனக்கு எதுவும் தெரியாதுங்க' என்றேன்.

'சொல்லு, சொல்லு, சொல்லு' என குரல் அழுத்தமாகவும், ஆனால் சத்தமில்லாமலும் கூறியபடியே சுமார் இருபதுக்கும் மேற்பட்ட அடிகள் தொடர்ந்து முழங்கால், கணுக்கால் எலும்புகள் கால் பெருவிரல் என்று சதையே இல்லாத பகுதிகளில் நேரிடையாக எலும்பில் பிரம்பு இறங்கி எகிறியது.

என் கைகள் பின்புறம் கட்டப்பட்டிருந்ததால் ஒன்றும் செய்ய முடியவில்லை. குனிந்து தலையை நீட்டினால் அடி நடுமுதுகில் விழுந்தது. நிமிர்ந்தால் முழங்காலிலும் அதற்குக் கீழுமாய்த் தொடர்ந்தது. மெல்லமாகப் பேசியபடியே, அதே சமயம் கம்பை மிகவும் உயரமாய் உயர்த்தாமல், களைத்துப் போய் விட்டரோ அல்லது கைகளைப் போல் கால்களில் சதைப் பிடிப்பு இல்லாததால், ஓங்கி அடித்தால் எலும்பு ஓடிந்து விடக்கூடும் என்பதால் கவனமாகவும், அதே சமயம் எலும்பில் எந்த அளவு வலிக்க வைக்க முடியுமோ, நாம் சொல்வதை ஏற்றுக் கொள்ள வைக்கும் அளவு, பெருவிரல் பிளந்து கொண்டு ரத்தம் வெளியே வராமல் கறுத்து விட்டது தெரிந்தது.

அவருக்குக் கைகள் ஓயும்போது, அல்லது ஓய்வெடுக்கும் போது லாட்டியின் முனையால் கணுக்கால் எலும்பின் மீது ஓட்டினார். மிகவும் தேர்ச்சியடைந்திருக்க வேண்டும். அல்லது குரூரமான வக்கிரம் பிடித்த மன நோய்க்கு ஆளாகியிருக்க வேண்டும். ஏனென்றால் ஓங்கியடித்தபோது எந்த அளவு வலித்ததோ, அதே அளவு லாட்டி திரும்பவும் உரசும்போது வலித்தது. நான் அதற்கும் அடிக்கும் ஒரே

மாதிரியாகத் துடித்துக் கொண்டிருந்தேன். அது அழுகையா, புலம்பலா, முனகலா? அதற்குப் பெயர் தான் ஈனஸ்வரமா என்பது தெரியவில்லை. ஒருக்கால் உயிர் இருப்பதற்கு அடையாளமாகக் கொள்ளலாம். அவனும் அந்த அளவு தான் அந்தக் குரலுக்கு முக்கியத்துவம் கொடுத்தான். உயிர் இருப்பது உறுதியாவதால் அது மீண்டு விட வாய்ப்பிருக்கும் எனப் புரிவதாலோ என்னவோ அடியை மட்டும் நிறுத்தவேயில்லை.

என்னவெல்லாம் பேசக் கூடாது என இந்த சமூகம் போதிக்கிறதோ எந்தத் தனிமனிதனின் வாழ்வைப் பற்றி இன்னொரு மனிதன் சிந்திக்கக் கூடாதோ, எதுவெல்லாம் எல்லோருக்கும் உயர்வானதாய் இருக்குமோ, அதையெல்லாம் தாழ்த்தி ஜனநாயகம், மனித உரிமை, நீதி, நேர்மை, நியாயம் மற்றும் மனி நாகரீகம் இதுவரை எதுவெல்லாம் திரட்டிச் சேமித்திருக்கிறதோ, அதையெல்லாம் என்னை, என் உடலை, எனது இறையாண்மையை சிதைப்பதன் மூலமாக சிதைத்துக் கொண்டிருந்தான்.

அவ்வப்பொழுது ஓய்ந்து போன கைகளுக்கு ஓய்வு கொடுப்பதற்காக பூட்ஸ் காலால் கணுக்காலுக்குக் கீழும், பாதங்களுக்கு மேலும் மிதித்துக் கொண்டு நின்றான். 'சொல்லு, சொல்லு' என்றபடி லாட்டியால் லுங்கியைக் கடந்து ஆணுறுப்பில் இடித்து அழுத்தினான். 'கொன்று விடுவேன், சொல்லு, சொல்லு, சொல்லு' என்று முனகிக் கொண்டே நிலத்தில் அமிழ்ந்து கிடந்த கணுக்கால்களின் மேல் ஏறி நின்றான்.

கதறியது, கெஞ்சியது, துள்ளியது, துடித்தது, எல்லாமே முடிந்துபோய், பலத்த சப்தம் கூட ஏதும் போடவில்லை என்று நினைக்கிறேன். கைகள் பின்புறம் கட்டியிருந்ததால், இடுப்பை ஒட்டிய முதுகு நிலத்தில் படியவில்லை. தோள்பட்டைகளும் தலையும் நேரடியாக மண்ணில் கிடந்தது. விலா எலும்புகள் துருத்தியபடி இருக்கும் இடத்தில் பக்கவாட்டில் இருந்து லாட்டியால் தட்டினான்.

மயங்கி விட்டிருப்பேன் என நினைக்கிறேன் என நினைக்கிறேன். உடனே நடந்ததா அல்லது அதிக நேரம் கடந்து இடைவெளியாகியிருந்ததா எனத் தெரியவில்லை. யாரோ குனிந்து தண்ணீர் ஊற்றிக் கொண்டிருந்தார்கள். முகத்திலும் தெளித்திருக்கிறார்கள். சில்லிட்ட உணர்வுகளால்

உந்தப்பட்டேன்.

விழித்தபோது ஓரளவு இருள் நீங்கியிருந்தது. வானம் விடியலைக் காட்டியது. மூன்று போலீசாரும் இருந்தனர். இன்ஸ்பெக்டர் ஸ்டூலில் உட்கார்ந்திருந்தார். 'சொல்லு, டேய், சொல்லு' என்றபடி காற்றில் கம்பை விளாறியபடியே தொடையில் சொத்தென்று அடித்தார். குளிர்ந்த நீரைக் காட்டிலும் அது வேகமாக வேலை செய்த்து. 'எழுந்திரு, எழுந்திரு' என்றபடி பட்பட் என கால்களில் அடித்தார். கைகள் கட்டப்பட்டிருந்ததால் இப்படியும் அப்படியுமாக மிரண்டேன். ஆனாலும் எழ முடியவில்லை. தலை உயர்ந்து உயர்ந்து இரண்டு முறை நிலத்தில் வீழ்ந்தது.

போலீசாரில் ஒருவன் முடியைப் பிடித்து தூக்கி உட்காருவதற்கு உதவி செய்தான்.

'சொல்றா, சொல்றா, அட சொல்லு' என்றுபடி அடிகள் சுரத்தில்லாமல் விழுந்தது.

'தெரியாது, தெரியாது சார்' என்றபடி முனகிக் கொண்டிருந்தேன்.

அவர்களுக்குள் ஏதேதோ பேசிக் கொண்டார்கள்.

அப்பொழுது தான் புதிதாகப் பார்ப்பதைப் போல் ஒரு போலீஸ்காரன் சுற்றி வந்து முகத்தைப் பார்த்தான்.

இன்ஸ்பெக்டர் ஏதோ கத்தினார். மிரட்டினார். கொன்றே விடுவேன் என்றபடி ஆவேசமாகப பக்கத்தில் வந்தார்.

'சார், சார்' என்று அவர்களில் ஒருவர் தடுத்தார்.

என்னால் எதுவும் செய்ய முடியவில்லை. பயந்து மருண்ட போது கூட அதிக தூரம் தலை சாய்க்க முடியவில்லை.

இன்ஸ்பெக்டர் எழுந்து நடந்து கொண்டிருந்தார். அவ்வப்பொழுது வந்து புதிய கண்டுபிடிப்பைப் பார்ப்பதைப் போல் ஒரு பார்வையும் ஒரு அடி அல்லது ஒரு உதை என்றிருந்தது.

எல்லாவற்றிற்கும் என் பதில் இப்பொழுது தெரியாது. தெரியாதுங்க சார். எனக்கு எதுவும் தெரியாது என்பதாகத்தான் இருந்தது. அடிக்கும்போதும் வலியினால் கத்தும் போதுகூட ஏற்ற இறக்கங்களுடன் தெரியாது சார் என்றே கத்தினேன்.

ஆவேசமாக வந்த இன்ஸ்பெக்டர் லாட்டியால் முகத்தில் குத்த நான் மீண்டும் கீழே விழ கால் விரியக் கிடக்க, 'மிதிச்சன்னா' என்றபடி காலை உயரத் தூக்கி, ஆனால் மெல்லமாக ஆணுறுப்பின் மீது வைத்து நசுக்கினான்.

தலை மட்டும் உயரத் துடித்து துடித்து கீழே சாய்ந்தது. இடுப்பில் எட்டி உதைத்து புரட்டிப் போட்டுவிட்டு, 'எல்லோரும் போங்கள், இவனை மறுபடி பார்க்கலாம்' என்று கட்டளையிடும் தொனியில் கத்திவிட்டு டக்டக்கென்று சத்தங்களுடன் காணாமல் போனான்.

என்னைச் சுற்றிலும் ஒருவரும் இருக்கவில்லை. தாடையும் கன்னமும் நிலத்தில் படிய கைகள் பின்புறம் கட்டப்பட்ட நிலையில் கன்னாபின்னாவென்று நிலத்தில் கிடந்தேன். மண்ணின் மீது பட்டிருந்த பாகங்கள் மட்டும் சில்லென்றிருந்தது. யாருடைய உதவியும் இல்லாததாலும், ஆணுறுப்பும் விதைப்பையும் வலியாகும் அளவு நசுக்கப்பட்டிருந்ததாலும், பதமாக அழுத்திக் கொடுக்க கைகளும் கட்டப்பட்ட நிலையில் தொடைகளால் மண்ணைக் கொஞ்சம் குட்டாகக் கூட்டி அதன் மீது ஆணுறுப்பு படும் படி வைத்து தேவையான அளவு உடல் நிறையை அதன் மீது கொடுத்தபடி தரைமீது குப்புறக் கிடந்தேன்.

18

எட்டு மணிக்கு டூட்டிக்கு வந்த போலீசாரில் சிலர் எனக்கு உயிர் இருக்கிறதா என உன்னிப்பாகக் கவனித்தது எனக்கே தெரிந்தது. அசிங்கமாகக் கிடந்திருக்க வேண்டும். யாருடையதோ இரவு எப்படி என்னோடு வந்தது என்று தெரியவில்லை. ஆனால் எவனோ லுங்கியை எடுத்து என் மேல் வீசிவிட்டுப் போனான். கைக்கட்டு அவிழ்க்கப்படாமலே இருந்தது.

ஸ்டேஷன் ரைட்டர் வந்தார். மற்ற கைதிகளைத் திறந்து விடும்படி கூறினார். கதவைத் திறப்பதையும் கைதிகள் வெளியேறுவதையும் பார்த்தேன். அவர்கள் எல்லோருமே கடந்த இரண்டு மணி நேரமாக எனது சத்தம் எதுவும் இல்லாததால் உயிரோடு இருக்கிறேனா அல்லது இறந்து விட்டேனா என்ற சந்தேகத்திலும் பயத்திலும் என்னைப் பார்த்தபடியே வந்தனர்.

மிக நீண்ட நாட்களாக உள்ளே இருக்கும் அனுபவஸ்தன் வாயை இறுக்க மூடிக் கொண்டு அழுதான். அவன் வாங்கியிருந்த அடிகள் கொஞ்சமல்ல. எனினும் அழுதான். எனது பின்பகுதியும் மையக் குறியும் வெளியில் தெரிவதாகக் கூறி லுங்கியால் மூடிவிடுவதாக அங்கிருந்த போலீசாரிடம் அனுமதி கேட்டான். அவர் ஒரு வகையான வெறுப்பும் எரிச்சலுமாய்த் திட்டியபடியே, 'அவனதுகைக்கட்டுகளை அவிழ்த்து விடு. செத்தவனாட்டம் இருக்கிறான். எங்கேயாவது ஓடியா போய்விடுவான். அவிழ்த்து விட்டு உள்ளே கூட்டிட்டுப் போ' என்றபடி

முனசந்திரகுமார்

என்னைக் கைதிகளின் பொறுப்பில் விட்டுவிட்டுப் போய் விட்டான்.

அனுபவஸ்தர்கள் உற்சாகமாய் ஓடி வந்து என் கைக்கட்டுகளை அவிழ்த்தார்கள். எல்லோரும் அவர்களையும், அவர்களது பரம்பரையையும், வருங்காலச் சந்ததிகளையும் திட்டினார்கள்.

எனக்கு எங்க வலிக்குது, எப்படிப் பிடிப்பது, என்ன செய்கிறார்கள் என்றெல்லாம் எந்த ஒழுங்கும் இல்லாமல் ஏறத்தாழ என்னை நிர்வாணமாக்கி குளிக்க வைத்தார்கள். இல்லை, உடைகளை மட்டும் நனைச்சாங்களா? எனக்கு வலிப்பது நான் கத்துவது எதையும் பொருட்படுத்தாமல் என்னென்னவோ செய்தார்கள். கத்தித் துள்ளினாலும் நான் விழுந்து விடாமல் மட்டும் பிடித்துக் கொண்டார்கள். லுங்கியை தண்ணீரில் நனைத்து சுருட்டிப் பிடித்து அவர்கள் அழுத்தியபோது ஷ்யாம் சுந்தர் எதிரில் இருந்ததைப் போலவே இருந்தது.

அரையும் குறையுமாக காலைக் கடன்களை முடித்துக் கொண்டு நடந்த நிலையில் என்னைத் தூக்கிக் கொண்டு லாக்கப்பிற்குள் இழுத்துச் சென்றார்கள். லுங்கியை முறுக்கி பிழிந்து நீளக்கயிறு போல் வைத்துக் கொண்டு காலைச் சுற்றியிழுத்தார்கள். சிறைக் கைதிகளின் அவசரகோல மருத்துவம் தொடங்கியது. ஏறத்தாழ இனியொரு தண்டனைக் கொட்டடியாகத்தான் அதுவும் இருந்தது.

ஏறத்தாழ நான் இறந்து விட்டதாகத்தான் அவர்கள் முடிவு செய்து கொண்டார்களாம். இரவு இரண்டு மணியளவில் கதவைத் திறந்து என்னை வெளியில் எடுத்ததாகவும், ஆறு மணி வரையிலும் என்னை சித்திரவதை செய்தும் நான் எதையும் சொல்லவுமில்லை, அவர்கள் சொன்ன எந்த விஷயத்தையும் சம்பவங்களையும் நான் ஒத்துக் கொள்ளவுமில்லை என்றார்கள்.

பயங்கரமான ஆள்தானய்யா நீ என்றார்கள். ஓயாமல் எனக்குப் பணிவிடை செய்தார்கள். எனது கைகால்கள் மற்றும் அடிபட்ட இடங்களில் எல்லாம் மறுபடியும் மறுபடியும் விடாது அழுத்தினார்கள். என்னிடம் அனுமதியெல்லாம் ஒன்றும் கேட்பதில்லை. சில சமயங்களில் வலி தாளாமல் உரக்கக் கத்தினேன். பகல் நேரப் போலீசார் சில சமயம் ஓடி

வந்து பார்த்தார்கள். சிலர் கண்டபடி திட்டினார்கள். சிலர் என்ன நடந்தது என விசாரித்து விட்டு இன்ஸ்பெக்டரை வாயில் வந்தபடியெல்லாம் திட்டிவிட்டுச் சென்றார்கள்.

கைகள் இரண்டும் உடல் உருவத்துக்கும் அதற்கும் சம்மந்தமேயில்லாத அளவு வீங்கிவிட்டிருந்தது. இரண்டு சுவர்கள் சந்திக்கும் முக்கோணப் பகுதியில் துவண்டு போய் அல்லது முடிந்த மட்டும் வாகாக அமர்ந்திருந்தேன். முன் அனுபவஸ்தர்கள் சுவாரஸ்யமாகப் பேசிக் கொண்டிருந்தார்கள். இதற்கு முன் யார் யாருக்கு எந்தெந்த அளவில் எந்தெந்த இன்ஸ்பெக்டர்கள், ஏடுகள், எந்தெந்தக் காவல் நிலையத்தில் எப்படியெப்படி அடித்தார்கள். அப்பொழுது இவர்கள் எப்படியெப்படி சமாளித்தார்கள். அப்புறம் அவர்களை இவர்கள் வெளியில் போய்ப் பார்த்த போது எந்தெந்தக் கடையில் தண்ணியடித்தார்கள். எவ்வளவு பணம் செலவானது, இப்பொழுது அவர்களில் யார் யார் நண்பர்கள் என்பதைப் பற்றியும், சில பேருடன் வெளியில் முறைத்துக் கொண்டதற்காக அவர்கள் எங்கே இவர்களைப் பிடித்து இழுத்து வந்து உதைத்து பணமும் பறித்துக் கொண்டு வழக்குகளும் போட்டார்கள் என்பதைப் பற்றியெல்லாம் கதைகதையாகப் பேசினார்கள்.

இன்னும் சிலர் இதற்கு முன்னால் காவல் நிலையத்தில் கடுமையான சித்திரவதைகளுக்கு உள்ளாகி முடமாகிப் போனவர்கள். குழந்தைகள் பிறக்காமல் போய் குடும்பப் பற்று எதுவும் இல்லாததால் இன்று வரையிலும் ரவுடியாக வாழ்பவர்கள், அவர்களிடம் குழைந்து வாலாட்டும் காவலர்கள், மற்றும் வெளியில் வராமலே போன காவல் நிலையக் கொலைகள் என காவல் நிலையத்திலிருந்து அவர்களுக்கு ஏற்பட்ட சொந்த அனுபவம் மற்றும் பார்த்ததும் கேட்டதுமான அச்சுறுத்தக் கூடிய பயங்கரமான உண்மைகளைப் பற்றிப் பேசிக் கொண்டிருந்தார்கள்.

ஜன்னலருகில் வந்து நின்ற யாரிடமோ அவர்கள் என்னைக் காட்டி ஏதோ பேசினார்கள் எனத் தெரிந்தது. அவரிடம் என் கைகளைக் காட்டும் படி கூறியபடியே வந்து என் இரண்டு கைகளையும் அவர்களே உயரத் தூக்கிக் காட்டினார்கள்.

சிறிது நேரத்திற்குள் ஜன்னல் வழியாக டீ வந்தது. முதலில் எனக்கு ஒரு டீயைக் கொடுத்துவிட்டு அவரவர்கள்

ஆளுக்கொரு டீயைக் குடித்தார்கள். முன் அனுபவஸ்தர்களில் ஒருத்தன் டீ டம்ளரின் உஷ்ணத்தை கைகளால் இறுக்கிப் பிடிக்கும் படி கூறியபடியே நான் அவ்வாறு பிடிப்பதற்கு உதவினான். டீ டம்ளரின் வெப்பம் என்னவோ செய்த்து. டீயிலும் உண்மையில் ஏதோ சக்தி இருக்க வேண்டும். அது போன்ற சமயங்களில் அது அசாத்தியமான வேலை செய்வதை உணர முடிந்தது.

உடல் முழுவதும் புண்ணாகிப் போனதால் ஆடாமல் அசையாமல் எப்படிப் படுத்திருந்தேனோ அப்படியே படுத்திருந்தேன். வலியான இடங்களில் அழுத்திப் பிடிக்க வேண்டும் போல் இருந்ததால் அந்தப் பக்கம் நிலத்தில் படும்படி திரும்பிப் படுத்துக் கொள்வதுமாய் இருந்தேன். மயங்கியதைப் போல உறங்கினேன். உடல் அடிக்கடி திடுக்கெனத் துடித்தது. மனம் விழித்துக் கொண்டது. (இந்த நிலை சுமார் ஒரு மாதம் வரையிலும் அடிக்கடி ஏற்பட்டது)

மதிய உணவு வந்தது. சாப்பாட்டின் அவசியங்கருதி என்னை நானே தயார் செய்து கொண்டு, கோணல் மாணலாக அமர்ந்து சாப்பிட்டு முடித்தேன். சாப்பாடு பிசையும் போதும், கை கழுவும் போதும வலி, நான் நினைக்கிறேன், மெல்லமாக வலி எனக்குப் பழக்கமாகிக் கொண்டிருந்தது.

உடனே படுக்கை,

தூக்கம்,

விழிப்பு,

கனவு,

இனிமையூட்டும் கற்பனை, நண்பர்களைப் பற்றிய ஏக்கமுமாய், மிக நீண்ட பகலும் மிக மிக நீண்ட இரவுமாய்க் கழிந்தது. அந்த நாள்.

தூங்கியெழுந்ததற்கான எந்த உணர்வுமின்றி நன்கு விடிந்து விட்டதை உணர்ந்தேன். எல்லோரும் ஜன்னலைச் சுற்றி அமர்ந்திருந்தனர். வாயாலும் கண்களாலும் தூங்கினாயா என்றார்கள். புன்முறுவலால் பதில் சொன்னேன்.

இயல்பாக எழுந்திருக்க முயற்சி செய்தேன். உள்ளங்கையையும் கால்களையும் வேகமாக ஊன்றியபோது துடித்துப் போனேன். ஷ்.. ஷ்.. என்றபடி உட்கார்ந்து விட்டேன்.

சிறிது நேரங்கழித்து எனக்கு எழுந்தே ஆக வேண்டும். முடியுமா முடியாத என சவால் விட்டு விட்டதைப் போன்று நினைத்துக் கொண்டு சரேலென எழுந்தேன். புதியதாக நடக்கப் பழகியதைப் போலிருந்தது. நடந்தே தீர வேண்டும் என்பதால் தொப் தொப்பென்று கால்களை அடித்தபடி குறுக்கும் நெடுக்குமாய் நடந்தேன்.

குதிகால் எலும்புக்குக் கீழே சதையேதும் இல்லாததைப் போல எலும்பு நேரடியாக நிலத்தில் மோதுவதை உணர முடிந்தது. உடலில் எங்கெல்லாம் அடிபட்டிருந்ததோ அதையெல்லாம் தேவையான அளவு அல்லது இதமாக அழுத்தி விட்டேன்.

நண்பர்களைப் பற்றி ஏதாவது தகவல் தெரிந்ததா என விசாரித்தேன். அவர்கள் எல்லோரும் நன்றாக இருக்கிறார்களாம். ஒரு போலீசுக்காரர் சொன்னதாய் சொன்னார்கள்.

காலை ஒன்பது மணி இருக்கும் கதவு திறந்தது. எல்லோரும் ஓடினார்கள். கடைசியாக நான் நிதானமாக தடுமாறாமல் மண் தளத்தில் கால் வைத்தபோது எல்லா மண்ணும் காலுக்குள் போய்விட்டதைப் போல் உணர்ந்தேன்.

காவலர்கள் யாரும் காணோம், யாரோ ஒருவர் அல்லது இருவர் மட்டும் தான் இருந்தார் போலிருந்தது.

அது மட்டுமில்லாமல் ஏனோ நான் பயப்படாமல் இருந்தேன். தொட்டியில் இருந்த நீரைக் கொஞ்சம் தாராளமாகவே பயன்படுத்தினேன். தலையில் நீரைத் தெளித்து அழுந்தத் தேய்த்துக் கழுவினேன். என்றால் எனக்கே ஆச்சரியமும் தைரியமுமாய் இருந்தது. ஆனால் அரைகுறையாகக் கழுவப்பட்ட தலையிலிருந்து வடிந்த நீர் மூத்திர நாற்றமடித்தது.

மெல்லக் காலைக் கடன்களை முடித்துக் கொண்டு உள்ளே செல்வதற்காக அவசரம் ஏதுமின்றிக் காத்திருந்தோம். கொஞ்சம் ஆழமாகக் காற்றை சுவாசித்தேன். நனைந்த தலையின் வழியாக காற்று சிலுசிலுவென்று பரவியது.

லாக்கப் படுமோசமாக நாற்றமடித்தது என்பதினாலும் இருவரும், முதியவரும் கழுவிக் கொண்டிருந்தார்கள். அது முடிந்து ஈரம் காயும் வரையிலும் வெளியே இருந்தோம்.

நேரம் ஆக ஆக வெயிலின் கடுமையை உணர முடிந்தது. ஆனாலும் கொஞ்சம் மரங்களின் நிழலும் காற்றோட்டமும் காவல் நிலையத்தில் காவலர்கள் யாருமில்லாத சூழ்நிலையும் கொஞ்சம் நிம்மதியாக இருந்தது.

ரைட்டர் டிஸ்கோவை அழைத்து அவரது ஷூக்களுக்கு பாலீஸ் போடச் சொன்னார். அவனும் வினோதமாக விழித்தபடி, ஆனால் ஒரு நல்ல அனுபவமுள்ளவனைப் போல தேய்த்துக் கொடுத்தான்.

ரூம் ஒரு வழியாகக் காய்ந்திருந்தது. எல்லோரும் உள்ளே சென்று அமர்ந்தோம். ஈர நிலத்தின் குளிர்ச்சி ஏறியது.

அப்பொழுது தான் உடல் கழுவியிருந்ததாலும் உடல் வலி காரணமாக தூக்கம் பற்றிக் கொண்டது.

மதிய உணவு வந்தபோது டிஸ்கோ' தான் எழுப்பினான்.

எழுந்து உணவுப் பொட்டலத்தை வாங்க கையை நீட்டும் போது பார்த்தால் டிப்டாப் இளைஞர்கள் ஆறு பேர் புதியவர்கள் வந்திருந்தனர். உதாசீனமாகவும் பொறுப்பின்றியும் கெட்ட வார்த்தைகளைப் பேசிக் கொண்டும் நின்றபடியும் நடந்து கொண்டும் இருந்தார்கள்.

அதனால் தான் சாப்பாட்டை எனகென்று ஒதுக்கி வைத்தாலும் அவர்களில் எவனாவது ஒருவன் தின்று விடுவான் எனக் கருதித்தான் டிஸ்கோ என்னை எழுப்பி உணவை என் கையிலேயே கொடுத்துள்ளான் எனத் தெரிந்தது. உடனே சாப்பிடும்படி மற்றவர்கள் ஒரு மாதிரியாகச் சொன்னார்கள், நானும் தூக்கத்தையோ மயக்கத்தையோ உதறித் தள்ளியபடி சாப்பிட்டு முடித்தேன். வறுபட்டிருந்த மிளகாய் இரண்டு இருந்தது. அதையே ஊறுகாய் போல் வைத்துக் கொண்டு சுவைபட சாப்பிட்டு முடித்தேன்.

இப்பொழுதெல்லாம் ஒரு நாளைக்கு ஒரேயொரு நேரம் மட்டும் சாப்பிட்டுக் கொண்டு தண்ணீரும் அதிகம் குடிக்காமல் (ஏனெனில் அடிக்கடி மூத்திரம் போக முடியாது) இருக்கப் பழக்கமாகி விட்டது என நினைக்கிறேன். முதல் நாட்களில் சாப்பிட முடியாமல் போன அதே அளவு உணவு இப்பொழுது பற்றாக்குறையாக மாறிவிட்டிருந்தது.

நான் யாரிடமும் அதிகம் பேசவில்லையாதலால் புதியவர்கள் மற்றவர்களிடம் விசாரித்திருக்க வேண்டும்.

அல்லது என் நிலை மகா மோசமாக இருந்திருக்க வேண்டும். என்னைக் காண்பித்து ஏதோ பேசிக் கொண்டிருந்தார்கள்.

எனக்கும் அவர்களைப் பற்றி விசாரிக்கலாம் என்று ஆசைதான். ஆனால் தெம்பும் இல்லை. மொழியும் சுத்தம் இல்லை. அதனால் எந்த உணர்வுகளையும் வெளிக்காட்டாமல் முகத்தைக் கவிழ்த்துக் கொண்டு அமர்ந்திருந்தேன்.

லாக்கப்பிற்கு வெளியே பரபரப்பானது. யார் யாரோ வருவதும் போவதுமாய், யாரோ ஒரு சிலருக்கு சடார் சடாரென அடி விழும் சத்தம் கேட்டது.

சிறிது நேரத்தில் லாக்கப் திறந்து இரண்டு மூன்று பேர் வேகமாக ஓடி வந்தார்கள். கதவு படாரெனச் சாத்தியது. குரூரமான குயுக்தியான கண்கள் இரண்டு கதவு வழியாகத் தெரிந்தது.

லாக்கப்பில் நிற்பதற்கே இடமில்லாமல் போய்விட்டது. காலையில் வந்தவர்களும் இப்பொழுது தான் வந்தவர்களும் அனுபவஸ்தர்களும் சலசலத்தார்கள். டிஸ்கோ அவர்கள் எல்லோருக்கும் தெரிந்தவன் போலிருந்தான்.

இன்ஸ்பெக்டர் எல்லோரையும் கொல்றான்டா, பயங்கரமாக அடிக்கிறானுக என்பது தான் பேச்சின் முக்கிய விஷயமாக இருந்தது.

ஒரு சிலர் புலம்பிக் கொண்டிருந்தனர். ஏனையோர் ஒன்றும் பெரிதாய்க் கவலைப்பட்டதாகத் தெரியவில்லை. ஒவ்வொருவரும் கைது செய்யும் முன்பு தான் என்ன என்ன செய்து கொண்டிருந்தோம் என்பதைப் பற்றி விலாவாரியாகப் பேசிக் கொண்டிருந்தார்கள்.

பீடியும் சிகரெட்டும் ஓயாமல் புகைந்தது. பழைய நண்பர்கள் பேச்சினூடாக அவ்வப்பொழுது உற்சாகமாகவும் பந்தாவாகாவும் சிகரெட் புகைத்தார்கள்.

அவ்வப்பொழுது கண் சிமிட்டினான் டிஸ்கோ. ஓரளவில் அவர்கள் பிக்பாக்கெட் வழக்கு ஒன்றிற்காக கைது செய்யப்பட்டிருக்கிறார்கள் எனத் தெரிந்தது. பஸ் ஸ்டேண்டில் இருந்த பெரியவர் ஒருவரிடம் ரொக்கமாக பணப் பை ஒன்றை எவனோ திருடி விட்டான். அந்த நபர் மேலதிகாரிகளுக்கு தகவல் தெரிவித்து விட்டான். அல்லது

பறித்துச் சென்ற நபர் பணம் முழுவதும் செலவு செய்யும் முன்னர் பணத்தை மீட்டால் தான் ஸ்டேஷனுக்கு ஏதாவது கிடைக்கும் என்பதால், அந்தப் பகுதி போலீசார் கங்கணம் கட்டிக் கொண்டு காலையிலிருந்து இத்தனை பேராக பிடித்திருப்பது தெரிந்தது.

இவர்களில் யாரும் அதை எடுத்ததாகத் தெரியவில்லை. ஏனெனில் அது யாராயிருக்கும் என எல்லோரும் யோசனை செய்தபடி பேசினார்கள்.

மொத்தத்தில் அறை முழுவதும் புகை மண்டலமாய் இருந்தது. ஜன்னல் வழியாக புகை வெளியே செல்லவும் காற்று உள்ளே வரவும் வழி விட வேண்டி யாரும் ஜன்னல் மேல் உட்காரக் கூடாது என முடிவு செய்யப்பட்டது.

மாலை வேளை தான் எனினும் புழுக்கம் நன்கு உணர முடிந்தது. சுவற்றின் மூலையிலிருந்து நான் எழுந்திருக்கவேயில்லை. புதியவர்கள் உள்ளே வந்ததும் யாராவது ஒருவர் மாற்றி ஒருவர் மூத்திரம் கழித்தனர். சகிக்கவொன்னாத நாற்றம் பிடுங்கியது. அதற்கு போட்டியாக பீடி சிகரெட் புகை வேறு குடலைப் புரட்டியது.

மிடறு விழுங்கியபடி மயக்க நிலையில் சஞ்சரித்தேன். இருளில் அடிபட்ட இடங்களில் யாராவது கைகால்கள் பட்டபோது திடீரென வீறிட்டலறினேன்.

புரண்டு படுக்கக் கூட இடமில்லாத நிலை. வியர்வையின் கசகசப்பு. அறையெங்கும் இரவு முழுவதும் முக்கலும் முனகலும் கெட்ட வார்த்தைகளின் பிரயோகமுமாய் ஒரு வகையான சித்திரவதை தொடர்ந்தது.

அந்த இரவு அந்த அறையில் பதிமூன்று பேர் படுத்திருந்தோம். யாருடைய கைகால்கள் யார் மீது எங்கெங்கு படுகின்றது என்பதெல்லாம் ஒன்றும் கணக்கில்லை.

கண் மூடவுமில்லை, கனவுலகில் சஞ்சரிக்கவுமில்லை. மிக நீண்ட அந்த பயங்கர இரவு கழிவதை ஒவ்வொரு அங்குலமாக ஆழ்ந்து கவனித்தேன்.

விடியல் வேளை காக்கைகள் பறப்பது தெரிந்தது. அதற்க்கப்புறம் தான் தூங்கினேன். அல்லது மயக்கமடைந்து விட்டேன்.

19

ஏதோ பலத்த சப்தம் கேட்டுத்தான் விழித்தேன். வேறொன்றுமில்லை, சடார் சடாரென யாருக்கோ அடி. பயங்கர கெட்ட வார்த்தைகள், இன்ஸ்பெக்டர் மற்றும் நிறைய போலீசாரின் குரல் கேட்டது.

லாக்கப் அறை காலியாக இருந்தது. என்னருகில் எனக்குப் பக்கத்தில் ஆதரவாகப் பற்றியபடி ரவி சோகம் கப்பிய முகத்தோடு மொய்தீன், நேராக நின்று கொண்டு தலையை என்னைப் பார்த்துத் தொங்கப் போட்டபடி நெல்சன். கொஞ்சம் தெம்பாக நின்றிருந்தான்.

என்னால் வேகமாக அசைய முடியவில்லை. ஒன்று, அவ்வளவு தெம்பிருக்கவில்லை, இன்னொன்று, ரவியும் மொய்தீனும் அவ்வளவு நெருக்கமாக உட்காருந்திருந்தனர்.

எல்லோரும் வாடிப் போயிருந்தாலும் அவர்கள் மூவரும் தெம்பாக இருந் தார்கள்.

எனக்குப் பேச்சே வரவில்லை. தொண்டை அடைத்துக் கொண்டது. கண்களில் நீர் வந்திருக்க வேண்டும். காதுக்குள் உஷ்ணமான நீர் ஓடியது. மெல்லமாகக் கேட்டேன். நல்லாயிருக்கீங்களா எல்லோரும்?' என்றேன்.

என்னைக் கைத்தாங்கலாகத் தூக்கி உட்கார வைத்தனர்.

வெளியே ஓயாது அடி விழுகிற சத்தமும், அழுகின்ற, மறுக்கின்ற, கத்துகின்ற, திட்டுகின்ற சப்தமும் மாறி மாறிக் கேட்டுக் கொண்டிருந்தன.

மணி பனிரெண்டுக்கும் மேலாகியிருந்தது.

லாலாபேட்டை ஸ்டேஷனில் தான் வைத்திருந்தார்களாம். அன்று இரவு ஒவ்வொருவராக ஜீப் மூலம் தனித்தனியாக அழைத்துச் சென்று லாலாபேட்டை ஸ்டேஷனிலேயே ஒருவருக்கொருவர் தெரியாமல் வேறு வேறு அறைகளில் வைத்திருந்தார்களாம். எல்லோரும் தனிமைப்பட்டுப் போனதால் எல்லோருக்கும் அச்சமும், எப்படியாவது தான் மட்டும் தப்பிவிட வேண்டும் என்கிற எண்ணமும் உருவாகியுள்ளது. அதுவல்லாமல் வந்தவன் போனவன் என்று எல்லா போலீஸ்காரங்க அடிச்சிருக்காங்க. அவ்வப்பொழுது உண்ணாவிரதமா இருக்கறீங்க என்றுகேட்டபடி போட்டு மிதித்தார்களாம்.

நெல்சன் தனிமைப்பட்டதும் தொடக்கநிலையை அடைந்து விட்டான். இத்தனை நாட்களில் அவனுக்கு போலீஸ் மொழி புரிந்து விட்டபடியால், அவர்கள் என்ன சொல்ல விரும்பினார்கள். எதை ஆமோதிப்பது, எதை ஏற்றுக் கொள்வது, ஏற்றுக் கொண்ட விஷயத்துக்கேற்ப கொஞ்சம் அழகாகவே கதை சொல்வது. அது தான் விசாரணையின் போது அவர்கள் சொல்லிக் கொடுக்கிறார்களே, அவற்றை மிகச் சரியாகச் சொல்லியிருக்கிறான்.

கடையில் எடுத்த பொருட்களில் வாட்சுகளெல்லாம் ரவி சாலையில் நின்று கொண்டு போவோர் வருவோரிடம் எல்லாம் விற்றானாம். ரவி ஓட்டிக் கொண்டிருந்த ரிக்ஷாவில் தான் இரவு நேரங்களில் போவார்களாம். ரிக்ஷா அருகில் நெல்சன், ஷட்டர் அருகில் உள்ளும் வெளியுமாய் காவலுக்கு நான், மொய்தீனும் ரவியும் உட்புற வேலைகள் எல்லாம் செய்வது, பொருட்களை நான் தான் ரிக்ஷாவில் கொண்டு வந்து வைப்பேனாம். அவைகளைக் கொண்டு போய் விற்க மொய்தீனும் ரவியும் தனியாகவும் சேர்ந்தும் செல்வார்களாம். ஏனெனில், எங்களுக்கு ஊரோ, தடமோ, மொழியோ, சரியாகத் தெரியாது என்பதால் அவர்கள் தான் செல்வார்களாம். கிடைக்கின்ற பணத்தில் கஞ்சா அடிப்பது, காகானி ரோடு விபசாரிகளிடம் செல்வது. அந்த இடத்தின் பெயரைச்

சொல்லி போலீஸ்காரன் ஒருவன் அங்கெல்லாம் போவீங்களா என்று வாஞ்சையுடன் கேட்டானாம். இவனும் ஆமாம் என்று சொல்லிவிட்டானாம். இன்னும் என்னென்னமோ!

கம்பின் நீளம், அதன் தடிமன், அது உயர்ந்து விழும் வேகம், அதைப் பயன்படுத்துபவனின் கேள்வி, அவன் விரும்பும் பதில் எது என்பதற்கெல்லாம் ஏற்றபடி இஷ்டத்திற்கு சொல்லியிருக்கிறான். அத்துடன் முதல் நாளிரவு முடிந்து விடிந்த பகல் பொழுதிலேயே அவனது விசாரணை நிறைவு பெற்றுவிட்டது.

அதற்குப் பின்னர் லாலாபேட்டை ஸ்டேஷன் கூட்டி விடுவது, கக்கூஸ் கழுவுவது என இட்ட பணிகளெல்லாம் உற்சாகமாய்ச் செய்தானாம். காவலர்கள் டீ குடிக்கும் போதெல்லாம் இவனுக்கும் ஒன்று வாங்கிக் கொடுத்தார்களாம். டீ நம்ம சையத் கரீம் கடையிலிருந்து தான் வந்ததாம். சொல்லிக் கொண்டிருக்கும் சூழ்நிலை மறந்து உற்சாகமானான்.

சிறிது நேரம் ரவிக்கும் மொய்தீனுக்கும் அடி விழுந்திருக்கிறது. நெல்சனை வரவழைத்து வைத்துக் கொண்டு விசாரித்திருக்கிறார்கள். நெல்சன் தொடர்ந்து சொல்ல, இவர்கள் மறுக்க வாய் திறந்தாலே அடி பலமாக விழுந்திருக்கிறது. அதிலும் தனியாக வைத்திருக்கும்போது ஏற்பட்ட அச்சம், அவர்களது கொஞ்சம் நஞ்சம் வைத்திருந்த உறுதியையும் தளர்த்தி விட்டது. ஸ்டேஷன் மாறியது. மற்றும் போலீசாரின் தனிப்பட்ட பார்வையிலான விசாரணை போன்றவை அவர்களை மிகவும் ஒடுக்கி விட்டிருந்தது. அதனால், தெரிந்தது தெரியாதது, நெல்சன் சொன்னது சொல்லாதது என ஏகமாய் உளறிக் கொட்டியிருக்கிறார்கள். தெருவில் நின்று ஒவ்வொரு வாட்சாக விற்றதில் அவற்றை வாங்கிய நபர்கள் யாரென அடையாளம் காட்டுவது ரவிக்கு முடியாது என ஆகிவிட்டது. கையில் வந்த பணமெல்லாம் செலவாகி விட்டது என்பதாலும், குற்றவாளி தனது குற்றத்தை ஒத்துக் கொள்கிறார் என்ற வகையில் அவனது விசாரணை முடிவுக்கு வந்து விட்டது.

மொய்தீன் பிரச்சனை தான் கொஞ்சம் பெரும் பிரச்சனையாக வடிவெடுத்தது. டேப் ரிக்கார்டர் ஒன்றை மொய்தீன் எடுத்துச் சென்று விற்று வந்ததாக நெல்சன் சொல்ல, அப்பொழுது மொய்தீனும் ஆம் என ஒத்துக்

கொண்டிருக்கிறான். யாரிடம் விற்றாய் என்றதில் தான் அறிவுபூர்வமாகப் பேசுவதாக நினைத்துக் கொண்டு மொய்தீன் உற்சாகமா மார்க்கெட்டில் இருந்த புரோக்கர் ஒருவருக்கு விற்றதாக உளறியிருக்கிறான். இந்த வழக்குக்கு ஒரு பொருளாவது ஆதாரமாகக் கைப்பற்றுவது என முடிவெடுத்த போலீஸ் மார்க்கெட்டில் மொய்தீனையும் அழைத்துக் கொண்டு அலைந்திருக்கிறார்கள். மார்க்கெட்டில் இருந்த அத்தனை புரோக்கர்களிடமும் அழைத்துப் போயிருக்கிறார்கள். அங்கு போய் இவனிடமா, இவனிடமா என விசாரிக்கும்போது அவர்களை நன்கு உற்றுப் பார்த்து ஆம் அல்லது இல்லையெனச் சொல்ல வேண்டிய இக்கட்டான நிலைக்கு வந்துவிட்டான் மொய்தீன். போலீஸ் நின்று கொண்டு தைரியமாகச் சொல்லு, நல்லா பார்த்துச் சொல்லு, பயப்படாதே என்கிறார்களாம். இவன்தான் என எவனையாவது காட்டினால் வெளியில் வந்ததும் கொன்று விடுவார்களோ என்ற பயமாம். அதிலும் ஒரு சிலர் போலீசு இருக்கும் போதே, பார்த்துச் சொல்லு, பொய் சொன்னே, இன்னைக்கு தப்பித்து விடுவாய் மகனே, நான் உன்னைய சும்மா விடமாட்டேன்னு அப்பவே மிரட்டினாங்களாம். அதனால் அவனுகளுக்கும் பயந்து கொண்டு இவன் இல்லை என்று சொல்லி விடுவானாம்.

இப்படியே மார்க்கெட்டில் காலையிலிருந்து இரண்டு காவலர்களுடன் இருந்திருக்கிறான். மத்தியானம் போலீசும் இவனும் ஒரே கடையில் சாப்பிட்டார்களாம். அவன் சொல்லிக் கொண்டிருக்கும் போதே அவன் சாப்பிட்ட உணவின் சுவை தெரிந்தது. நேரம் ஆக ஆக போலீசுக்கு கோபம் உண்டாகி விட்டது. இவனுக்கும் பயம் ஏற்பட்டு யாரையாவது காட்டியாக வேண்டும் என்ற கட்டாயம் ஏற்பட்டு விட்டது. மெயின் பஜாரில் ஒரு கடையருகே நின்று கொண்டிருந்தார்களாம். பெரிய பெரிய கடை வைத்திருக்கிற புரோக்கர்களைச் சொன்னால் ஜெயிலிலேயே ஆள் வைத்து அடித்து விடுவார்கள். ஆகவே அவர்களல்லாமல் கொஞ்சம் பலவீனமான ஆளாகத் தேடினானாம்.

அப்பொழுது வெள்ளை வேட்டியும் வெள்ளை சட்டையும் அணிந்து கொண்டு கையில் கறுப்பு பேக் வைத்துக் கொண்டு ஒரு ஆள் வந்திருக்கிறான். இவனது கணிப்பில் அவன் ஒரு கிராமத்தானாகத் தெரிந்திருக்கிறான். மார்க்கெட்டில்

ஒவ்வொரு கடையாகப் பார்த்துக் கொண்டு வந்த அந்த ஆளும் இவர்களுக்கு நேர் எதிரில் நின்று இவர்களை ஒரு நிமிடம் வேடிக்கை பார்த்திருக்கிறான். வினாடியில் முடிவு செய்த மொய்தீன் போலீசாரிடம் இவன் தானுங்க அந்த புரோக்கர். கையில் பை வைச்சிருப்பான்னு நான் சொன்னேனல்லவா. அது இவன்தான்னு சொல்லியிருக்கிறான்.

போலீசார் பாய்ந்து அவனது கையைப் பிடித்திருக்கிறார்கள். அவன் இயல்பாகவே நான் இல்லை நான் இல்லை எனக் கத்தியிருக்கிறான். கையைப் பின்னோக்கி இழுத்திருக்கிறான். இழுத்த போலீசார் ஓங்கி இரண்டு அறை அறைந்து விட்டு, நடடா போலீஸ் ஸ்டேஷனுக்கு,. குறைந்த விலையில் கிடைச்சா அது எப்படிக் கிடைச்சுதுன்னு கூடக் கேட்காம வாங்கி விடுவதா, திருடியவனை விட அதை வாங்கியவனுக்குத் தான் அதிக தண்டனை தெரியுமா, நட போலீஸ் ஸ்டேஷனுக்கு என்றபடி பிடரியில் கை வைத்து அழைத்து வந்துவிட்டார்களாம்.

அதன் பின்னர் போலீஸ் அதன் பாணியில் பொருளைக் கொண்டு வந்து ஒப்படைக்கும் படி கேட்க, அவன் இல்லையென மறுக்க, உள்ளூர் பிரமுகர்கள் அவனது மனைவி, குடும்ப உறவினர்கள் புடைசூழ வந்து சேர்ந்து விட்டனர். ஸ்டேஷனுக்குள் அவனைச் சந்திக்க போலீசார் யாரையும் அனுமதியளிக்கவில்லை. எல்லோரையும் மொய்தீனிடம் அனுப்பியுள்ளனர். இவன்தான் முதலில் பொய்யைச் சொல்லத் தொடங்கிவிட்டானே! அதற்கப்புறம் வந்தவர்களிடம் எல்லாம் தான் அவனிடம் விற்றதாக உறுதியாகக் கூறியிருக்கிறான். தன்னைக் காப்பாற்றிக் கொள்ள வந்தவர்கள் ஒவ்வொருவருக்கும் அவரவர்கள் நம்பும் வகையில் சொல்லியிருக்கிறான். ஆனால் அவனது மனைவி மட்டும் அப்படியொரு பொருள் தனது வீட்டிற்கு அவர் கொண்டு வரவில்லையென்று உறுதியாகக் கூறியிருக்கிறாள்.

20

போலீசுகாரர்களில் ஒருவன், 'ஏனம்மா, அவன் உன் வீட்டுக்குத்தான் அதைக் கொடுக்க வேண்டும் என்று ஒன்றில்லையே. அதை அவன் வேறு வீடுகளில் யாருக்காவது கொடுத்திருக்கலாம் இல்லையா?' எனக் கேட்டிருக்கிறான்.

அவ்வளவு தான் 'அய்யய்யோ! அடப்பாவி மனுஷா! நீ அப்படிப் பட்டவனா? நான் உன்னை நம்பி ஏமாந்து விட்டேனா?' என அழுது புலம்பியிருக்கிறாள்.

உடன் வந்தவர்களும் அப்படியொரு பொருள் இல்லையெனச் சொல்ல, காவலர்களில் ஒருவர், 'திருடியவன் சொல்றான், நீ போய் புதுசாவது ஒண்ணைக்கொண்டுவந்துகொடுத்துட்டு ஆளைக் கூட்டிட்டுப் போயிடு. இல்லைன்னா அவன் மேலேயும் கேஸ் போட்டுருவாரு இன்ஸ்பெக்டர்'னு சொல்ல மறுநாள் காலையில் பொருள் கொண்டு வந்து கொடுக்கிறோம் எனக் கூறிச் சென்று, அதன்படியே மறுநாள் ஒரு புது டேப்ரிக்கார்டர் கொண்டு வந்து கொடுத்து விட்டு அவனைக் கூட்டிப் போயிருக்கிறார்கள்.

இவ்வாறு ஒரு நாள் முழுவதும் அவன் எப்படியெப்படியெல்லாம் யோசித்து பதில் பேசித் தப்பினான் என்பதைப் பற்றி பெருமிதமும் கம்பீரமுமாகச் சொன்னான். ஏறத்தாழ அவனை அவனே பாராட்டிப் புளகாங்கிதம் அடைந்தான்.

மறுநாள் சையத் கரீம் அவர்களைப் பார்த்திருக்கிறார் இன்ஸ்பெக்டரிடம் சொல்லிவிட்டு புரோட்டா கொடுத்தனுப்பியுள்ளார். இன்னும் பலவற்றையும் உற்சாகமாகப் பேசினார்கள்.

அன்று காலை ஒன்பது மணிக்கே இங்கே ஸ்டேஷனுக்குக் கொண்டு வந்து விட்டார்களாம். பிக்பாக்கெட்டுகள் என்று சந்தேகப்பட்டு மொத்தம் பதின்மூன்று பேரைப் பிடித்திருக்கிறார்களாம். அவர்களை மொத்தமாக கவனித்துக் கொண்டிருக்கிறார்களாம். இவர்கள் வந்த உடனே ஜன்னல் வழியாக என்னைப் பார்த்தார்களாம். பார்த்த உடனேயே அவர்களுக்கு விஷயம் புரிந்து விட்டது. மற்றவர்களும் நடந்தவை அனைத்தையும் ஒன்று விடாமல் கூறியிருக்கிறார்கள்.

நண்பர்கள் அனைவரையும் இழந்த பின்னும் சோறு சாப்பிட்டிருந்தாலும், எத்தனை நாள் அடித்தும் தான் எடுத்துக் கொண்ட விஷயத்தில் உறுதியாகவும் தைரியமாகவும் எல்லா விஷயங்களையும் மறுத்து விட்டேன் எனும்போது ரவி நேரடியாகவே சொன்னான்.

வெட்கம் குமார். நானும் எப்படி இப்படியானேன்? நெல்சன் சொல்லிட்டிருக்கும்போது என்னால் இதையே இதே உறுதியோடு மறுக்க முடியலை. உண்ணாவிரதத்தை உடைக்கிறதுக்காகத்தான் தனித்தனியா கொண்டுட்டு போறார்கள்னு தெரிந்தவுடனேயே பயம் வந்துடுச்சு. இனியும் மறுத்தா அவன் சொன்ன மாதிரி ஏங்கயாவது யாருக்கும் தெரியாமல் கொன்று விடுவானோ எனப் பயந்து போய் விட்டோம்.'

மிகவும் வருத்தப்பட்டார்கள்.

எனக்கு உண்மையில் நான் லாக்கப்பிற்குள்ளேயே தான் இருந்தாலும், இவர்கள் மூவரையும் பார்த்ததிலேயே பாதித் தெம்பு வந்துடுச்சு. அதனாலேயும் அவர்கள் ஒத்துக் கொண்டதற்கு மனம் வருந்தி நேரடியாகவே வருத்தம் தெரிவித்ததாலேயும் எனக்கு அவர்கள் மேல் வருத்தம் ஒன்றும் இல்லை. ஆனால், மறுபடியும் தன்னையும் ஏதாவது வற்புறுத்துவார்களோ என்ற அச்சம் வந்தது.

ரவி சொன்னான். 'அதெல்லாம் முடிந்தது. இப்ப எங்களை இங்க கொண்டு வந்திருக்கிறதே கேஸ் போட்டு

கோர்ட்டுக்கு கூட்டிட்டுப் போறதுக்காகத்தான். அதனால் இனியொன்றும் நீ பயப்பட வேண்டாம். வா. எழுந்து கக்கூஸ் எல்லாம் போய்விட்டு வந்துரு. இன்னைக்கு அவனுகளுக்கு நம்மளையெல்லாம் கவனிக்க நேரமில்லை' என்றபடி என்னை ஆறுதலாக ஆளுக்கொரு கை பிடித்துத் தூக்கினார்கள்.

நெல்சன் தெம்பாயிருந்தான்.

வெளியே கசாமுசாவென்றிருந்தது. ஒரு பத்து போலீசார் சுற்றி நின்று கொண்டு பதிமூன்று பேரையும் விசாரிக்கிறேன் என்ற பெயரில் கன்னாபின்னாவென்று அடித்துக் கொண்டிருந்தார்கள். இன்ஸ்பெக்டர் நடுவில் சேரில் உட்கார்ந்தபடி என்னைப் பார்த்தார். அவரும் அவர்களை அடித்துக் கொண்டு தானிருந்தார். ஆனால் முகம் அவ்வளவு உக்கிரமாக இல்லை. நான் மெல்ல நடந்து வருவதை ஒரு நிமிடம் பார்த்தார். அவரது பார்வையைப் பொருட்படுத்தாமல் நிதானமாக நடந்து சென்று பதட்டமில்லாமல் எனது கடன்களை முடித்துக் கொண்டு மெல்லமாக அறைக்குச் சென்று அமர்ந்து கொண்டேன்.

வெயில் உக்கிரமாக இருந்தது. ரவியும் நண்பர்களும் என்னருகில் வந்தமர்ந்து கொண்டனர். எங்களுக்கு உணவு வந்தது. பிக்பாக்கெட்டுகள் எனப்பட்டவர்களுக்கு அவர்களுடைய நண்பர்கள், உறவினர்கள் விதம் விதமாக உணவு கொடுத்தனர்.

அவர்களனைவரும் செமக்க உதைப்பட்டனர். ஆனாலும் பெரிதாகக் கவலைப்பட்டதாய்த் தெரியவில்லை.

சிறிது நேரத்தில் ஒரு கொடுமை நடந்தது. புதிதாக வந்த பதிமூன்று பேரும், ஏற்கெனவே இருந்த அனுபவஸ்தர்கள் நால்வரும், நாங்கள் நால்வருமாய் மொத்தம் இருபத்தியோரு பேர் பத்துக்குப் பதினொன்று அளவேயுள்ள அறையில் மொத்தமாக அடைக்கப்பட்டோம்.

21

புதியவர்கள் பதிமூன்று பேரும் வெறும் ஜட்டி அல்லது ஷார்ட்ஸ் வடிவமுள்ள ட்ரவுஸர் அணிந்திருந்தனர். மீதியுள்ள மற்றவர்களும் ஏறத்தாழ அதே நிலைதான்.

இருந்த இடத்தில் நடக்க முடியாது என்பதாலும், நின்றால் காற்றோட்டம் இருக்காது என்பதாலும் எல்லோரும் உட்கார்ந்திருந்தனர்.

அடிபட்டவர்களில் ஒரு சிலர் நல்ல முன் அனுபவமுள்ளவர்கள் போலிருந்தது. யாரிடமோ சொல்லி ஒரு அமிர்தாஞ்சன் முழு பாட்டில் ஒன்று கொண்டு வந்து வைத்திருந்தனர். இருந்ததையெடுத்து ஆளாளாக்கு மாற்றி தைலம் போட்டு தடவி விட்டுக் கொண்டனர். எனக்கும் கொஞ்சம் கிடைத்தது.

உட்கார்ந்த நிலையிலேயே கால்கள் கூட நீட்ட முடியாத நிலையில் எல்லோரும் அமர்ந்திருந்தோம். எல்லோருக்கும் வியர்த்துக் கொட்டியது. அறைக்குள் கூட்டமாய் இருந்ததால் புழுக்கம் அதிகமாய் இருந்தது. துடைக்கவோ உதறவோ இடமேயில்லாத வகையில் தலையில் துவங்கி உடல் முழுவதுமாய் வியர்த்து ஜட்டிக்குள் இறங்கியது. யாரும் ஆடையணியாததால் வியர்வை தடையின்றி நீரூற்றிலிருந்து வடிவது போல் வடிந்தது. கால்களும் வியர்த்துக கொண்டது. யாரும் அசையக் கூட முடியாத நிலையாததாலால் எல்லோரும் வாயில் வந்தபடி யார் யாரையோ கண்டபடி திட்டினார்கள்.

குண்டூரில் மார்ச் மாத வெயில், சின்ன அறைக்குள் இருப்பதி யோரு பேர் இனியெப்பொழுதும் சாத்தியமில்லையென நினைக்கிறேன்.

லாக்கப்பினுள் தென்கிழக்குப் பக்கமாக உள்ள சரிவை நோக்கி மிக மெல்லிய ஈரப்பதம் முதலில் உருவானது. யாராவது மூத்திரம் போய் விட்டார்களோ என்றபடி எல்லோருமே சுற்றிச் சுற்றிப் பார்த்தார்கள். அப்படி எதுவும் நடக்கவில்லை. தொடர்ந்து வடிந்த வியர்வை மெல்லமாக மொத்தமும் ஒன்று சேர்ந்து மழைநீர் வடிந்து செல்வதைப் போல வழிந்தோடியது. கிட்டத்தட்ட வியர்வை ஆறாய் பெருகியது என்பார்களே, அதைப் போல ஆனால் இது சாத்தியம். வியர்வை ஒரு சிறு ஓடையைப் போல ஹோட்டலில் டேபிளின் மீது சிந்தும் காப்பி சரிவான பகுதியோ நோக்கி போவதைப் போல, மழை நின்று போன சிறிது நேரத்திற்குப் பின் காட்டிற்குள் ஆங்காங்கே மண் இடுக்குகளுக்கும் இடையில் ஓடிக் கொண்டிருக்குமே அதைப் போல ஓடியது.

உள்ளே அமர்ந்திருந்த அத்தனை பேரும் சரியானவர்களோ, தவறானவர்களோ? எனக்கு முழுமையாகத் தெரியாது. ஆனால் இந்த சமூகத்தின் பிம்பங்கள், பிரதிபலிப்புகள், மானுடப் பிறவிகள் என்பதில் எனக்கு அன்றும் இன்றும் சந்தேகமேயில்லை.

அறிவிக்கப்பட்டிருந்த எல்லா மனித உரிமைப் பிர கடனங்களையும் கரைத்துக் கொண்டு வியர்வை ஆறாய் ஓடியது. அங்கே அமர்ந்திருந்த ஒவ்வொருவரும் தங்களை குஷ்ட ரோகிகளைப் போல உணர்ந்தார்கள். தங்களது கை காலகளே தங்கள் மீது படருவதை விரும்பாத நிலை நீடித்தது. இதில் பெரும்பான்மையோர் அடிபட்டுக் களைத்துப் போயிருந்தார்கள். அதனால் நீடித்திருந்த அந்தக் கட்டுக்கோப்பும் சிறிது நேரத்தில் கலைந்தது.

விருப்பமின்றியே, ஆனாலும் ஒருவர் மீது ஒருவர் சாய்ந்து விழத் தொடங்கினர். ஓயாது கெட்ட வார்த்தைகளைப் பிரயோகித்தனர். சலிப்பும் விரக்தியும் நிறைந்திருந்தது. இருந்தபடியே ஆளுக்கொரு திசையில் சாய்ந்தனர். யாரும் ஆடையணியாததால் மொழமொழத்த தேகங்களின் மீது கை கால்கள் தாறுமாறாய்க் கிடந்தது. நிலமோ வியர்வை நீரில் குளிர்ந்து சில்லிட்டது.

முன் இரவு நேரமிருக்கும். ஏதோ ஒரு போலீஸ்காரர் தான் அறைக்குள் டார்ச் அடித்துப் பார்த்தார். பார்த்தவர் பயந்து அலறி யாருடைய அம்மாவையோ புணரும்படி கத்தினார்.

கடல் நீர் உட்புகும் படியான லத்தீன் அமெரிக்க சிறைச்சாலைகளைப் பற்றியும், ஒளிபுகாத இருட்சிறை, தனிமைச் சிறை போன்றவை பற்றியும் படித்திருக்கிறேன். அவைகளுக்கு ஒப்பான சிறையாக மாறிவிட்டிருந்தது. வியர்வை ஆறாக ஓடிய அந்த அறை.

எந்தக் காரணங்களும் இன்றி எல்லாக் காரணங்களுக்கும் அப்பால் இப்படிப்பட்ட அமைப்புகளை, போலீஸ்களை ஸ்டேஷன்களின் மீதான எல்லா வகையிலுமான நல்லெண்ணங்கள் யாவும் தகர்ந்து போயின. வாழ்நாள் முழுமைக்கும் அப்படிப்பட்ட எதேச்சதிகார அமைப்பை, அதிகாரத்தை, அதிகாரிகளை எதிர்ப்பதற்குத் தேவையான எல்லா வகைக் கருத்துகளும் நெஞ்சில் புயலெனப் புகுந்தது.

நல்லவர்கள் அல்லாதவர், மக்கள் பண்பை இழந்து போனவர்கள், மனிதனை மனிதனாய் மதிக்கத் தெரியாதவர்களால் ஒருக்காலும் மனித குலத்தையல்ல, ஒரு சில மனிதர்களைக் கூட திருத்த முடியாது. காப்பாற்றவும் முடியாது.

செல்வச் செழிப்பும் சட்டப் பாதுகாப்புப் பெறும் தகுதியுள்ளவர்களிடத்தில் இவர்கள் போடும் கூழைக்கும்பிடும், சாமான்யர்களை, கல்வியறிவற்ற பாமரர்களை,கேட்பாரற்ற அனாதைகளை, தனிமனிதர்களை தங்களது அதிகாரத்துவத்தைப் பயன்படுத்தி கடமையைச் செய்கிறோம் பேர்வழிகள் என்ற பெயரில் நடத்தும் ஏகபோக ஏதேச்சதிகாரத்தை, அதிகார துஷ்பிரயோகத்தை, கேவலமான பிழைப்பு வாதத்தை, கோழைத்தனம் மிக்க வன்முறையை, பலாத்காரத்தைக் கண்டு ஒருபோதும் அச்சப்படுவதில்லை. அடிபணிவதில்லை, என்பன போன்ற அக்கினித் துண்டங்களை விழுங்கியபடி உறங்கிப் போனேன்.

மறுநாள் காலை 7 மணியளவில் லாக்கப் திறக்கப்பட்டது. எல்லோரும் வெளியேறினோம். அறையிலிருந்து அழுகிய முட்டையின் நாற்றம் வீசியது. காலையில் வந்திருந்த போலீசாரிடம் இரவு நடந்த நிகழ்ச்சியைச் சொல்லி ரூம் கழுவினார்கள்.

எல்லோரும் ஜட்டியுடன் இருந்ததால் தண்ணீர்த் தொட்டியில் இருந்த நீரை அள்ளி அள்ளி எல்லோரும் உடல்

கழுவினார்கள். நானும் அது நாள் வரையிலும் இல்லாத வகையில் அதிக நீரை எடுத்து தலை முதல் கால் வரை சுத்தமாகக் கழுவினேன். ஏறத்தாழ பதிமூன்று நாட்களுக்குப் பின்னர் தலையை முழுவதுமாகக் கழுவி காற்றில் உதறி ஆற விட்டேன்.

திடீரென எல்லோரும் வரிசையாக நிறுத்தி வைக்கப்பட்டோம்.

இன்ஸ்பெக்டர் ஷ்யாம்சுந்தர் தனது நீண்ட கம்புடன் வந்தார். பிக்பாக்கெட்டுகள் எல்லாம் பின்னால் சென்று தனியாக நிற்கும்படி கூறினார். பஸ் ஸ்டாண்டில் பணம் பறித்தவன் வேறு ஸ்டேஷனில் சிக்கிவிட்டதாகவும் அதனால் இங்கிருப்பவர்கள் அனைவரையும் விட்டு விடுவதாகவும், அதற்கு முன்னர் அவர்கள் நினைவிற்காகவும் திருந்துவதற்காகவும் அவர்கள் அனைவருக்கும் மொட்டை அடிக்கப் போவதாகக் கூறினார்.

உண்மையில் ஒரு நாவிதர் உடன் அழைத்து வரப்பட்டிருந்தார்.

இவர்கள் எல்லோரும் கோரஸாகக் கத்தினார்கள். 'சார், சார்' என்றபடி அங்கும் இங்குமாய் அலைந்தார்கள்.

'டேய், கத்தாமல் வரிசையாக உட்காருங்கடா' என்றபடி வரிசையாக உட்கார வைத்து வேலை தொடங்கியது.

டிஸ்கோவும், சுந்தர்ராஜும் இன்னும் இரண்டு மூன்று நாட்கள் இருப்பார்கள்.

மிக நீண்ட நாள்கள் இருந்தவனைப் பார்த்து, 'நாளை கோர்ட்டுக்கு கூட்டிட்டுப் போவார்கள். 'போய்விடு' என்றார்.

ரவி, நெல்சன், மொய்தீன், மூவரையும் பார்த்து, 'உங்கள் மூவருக்கும் ஒரே கேஸ் போட்டிருக்கேன். சின்ன செக்ஷன் தான். கோர்ட்டுலேயும் கேஸை ஒத்துக்கிட்டீங்கன்னா ஆச்சு, இல்லையென்றால் ஊருக்குள்ள எப்பப் பார்த்தாலும் பிடிச்சு உள்ளே போட்டுருவேன். இல்லைன்னா ஊரைவிட்டே ஓடிப் போயிடுங்க. தெரியுதா? என்றார்.

'போங்கடா, இன்னைக்கு மத்தியானம் கோர்ட்டுல உங்களைப் பார்க்கிறேன்.' என்றபடி உள்ளே அனுப்பினார்.

நான் மட்டும தனியாக நின்றேன். உடல் கூனிக் குறுகவில்லை. தலையைத் தொங்க விடவில்லை. தலை

கழுவியிருந்ததால் மெல்லிய கோடுகளாக நீர் கண்களின் மீதும் காதோரமும் வழிந்தது.

எனக்கு அவனை முறைத்துப் பார்க்க ஆசைதான். ஆனால், அதனால் இப்போதைக்கு என்க்கு நன்மை ஒன்றும் இல்லை என்பதினாலும் அதே சமயம் எந்தச் சலனமுமின்றி அவரையே பார்த்தபடி நின்றேன்.

எனக்கு வெகுநேரம் நின்றதால் மூச்சிரைத்தது என நினைக்கிறேன். கொஞ்ச நேரம் உறுத்துப் பார்த்த ஷ்யாம் சுந்தர் என்கின்ற அந்த அதிகாரி தன்னுடைய லாட்டியை மெல்லமாக உயர்த்தி மெல்லமாக எனது கைகளின் புஜப் பகுதியில் தட்டினார். நான் ஆடாமல் அசையாமல் நின்றேன்.

திடீரென உரத்தக் குரலில், 'குமார், நீ கொஞ்சம் 'கெட்டி' தான் உன் மீதான எந்தப் பிரச்சனையையும் குற்றத்தையும் ஒத்துக் கொள்ளாவிட்டாலும் நீயும் அதில் இருந்ததாகச் சொல்றாங்க. அதனால் உன் மேலேயும் ஒரு சின்ன வழக்கு போட்டிருக்கேன். 'ஹேபி சோர்' என்கிறா மாதிரி, அதாவது ஒரு சைக்கிள் எங்கேயாவது நிற்கும், அது யாருடையதாக இருந்தாலும் கவலைப்படாம எடுத்துட்டுப் போயிடறது, அதைய வேற எங்கேயாவது நிறுத்திவிட்டு அசால்ட்டாப் போய்விடுவது. அந்த மாதிரி குணாம்சம் உள்ளவன்ங்கிற மாதிரி கேஸ் போட்டிருக்கேன். உனக்கு இது தான் முதல் தடவைன்னு சொல்லி கோர்ட்டுல மன்னிப்புக் கேளு. விட்டாலும் விட்டுருவார்கள். புரியுதா? இன்னைக்கு கோர்ட்டுக்குப் போ' என்றார்.

என்னமோ நேரா எல்லோரும் வீட்டுக்குப் போறா மாதிரியான சந்தோஷத்தோட காத்திருந்தோம். நீண்ட நாள் அனுபவஸ்தன் எங்களுக்கு நன்றி சொன்னான். நீங்க பண்ணுன தகராறுல இன்ஸ்பெக்டர் மாறியிருக்கிறான். இல்லைன்னா என்னைய அனுப்பவே மாட்டேன்னுட்டு இருந்தாரு. பரவாயில்லை உங்களால் தான் நானே இப்ப கோர்ட்டுக்குப் போறேன்'னு சந்தோஷப்பட்டான்.

'ஜெயிலிலாவது ஒழுங்கா சோறு போடுவானுகளா?' என்றான் நெல்சன்.

'குமார், இனிப் பிரச்சனையில்ல. ஜெயிலுக்குப் போனதும் சையத் கரீமுக்கு எப்படியாவது சொல்லி ஜாமீன் எடுக்கச் சொல்லலாம் என்றனர் ரவியும் மொய்தீனும்.

■

பின்குறிப்பு:

கோர்ட்டில் வழக்கை நாங்கள் ஒருவரும் ஒப்புக் கொள்ளவில்லை. நான் எனக்காக நானே வாதாடுவதாக ஜட்ஜிடம் கூறினேன். உடலில் பட்ட காயங்களையும் வடுக்களையும் முதல் நாளே காட்டி, உணர்ச்சிவசப்பட்டு ஆவேசமாய் தமிழிலும் தெலுங்கிலுமாய்ப் பேசினேன். சட்டையைக் கழட்டிக் காண்பித்தேன்.

ஜட்ஜ், விசாரணையின்போது 'கூறு' என்றார் அவ்வளவு தான்.

சையத் கரீம் வந்தார். ஜாமீன் எடுக்க முயற்சிக்கவில்லை. ஜெயிலில் இருந்து எங்களை கோர்ட்டுக்கு அழைத்துச் செல்ல (வாய்தா) போலீஸ் வரவேயில்லை. சரியாக ஐந்து மாதம் கழித்து கோர்ட்டுக்கு வந்தபோது ஜட்ஜ், 'எதற்காக சிரமப்படுகிறீர்கள்? குற்றத்தை ஒப்புக் கொண்டிருந்தால் தண்டனைக் காலமே முடிந்திருந்திருக்கும்' என்றார். அவருடைய ஆலோசனையின் பேரில் குற்றத்தை ஒப்புக் கொண்டோம். தண்டனைக் காலம் முடிந்து ஒரு வாரமே அதிகமாக ஜெயிலில் இருந்து விட்டதாகக் கூறி வெளியில் அனுப்பினார். 1983 செப்டம்பர் 27ம் நாள் விடுதலையானோம்.